பாலைவனத்தின் ஐந்தாம் சுவர்

(நாவல்)

கனகராஜ் பாலசுப்பிரமணியம்

டிஸ்கவரி பப்ளிகேஷன்ஸ்

எண்: 9, பிளாட் எண்: 1080A, ரோஹிணி பிளாட்ஸ்
முனுசாமி சாலை, கே.கே.நகர் மேற்கு,
சென்னை – 600 078. பேச: 99404 46650

பாலைவனத்தின் ஐந்தாம் சுவர் (நாவல்)
ஆசிரியர்: **கனகராஜ் பாலசுப்பிரமணியம்**©

PAALAIVANATHIN AINDHAM SUVAR (Novel)
Author: **Kanakaraj Balasubramanyam**©

Printed: clictoprint | *Chennai-600 018.*

First Edition: Dec - 2021

வெளியீட்டு எண்: 0035

ISBN: 978-93-91994-18-1

Pages: 80

Rs. 100

Publisher • *Sales Rights*

Discovery Publications	**Discovery Book Palace (P) Ltd**
No. 9, Plot,1080A,	No. 6, Mahaveer Complex,
Rohini Flats,	Munusamy Salai,
Munusamy Salai,	K.K.Nagar West,
K.K.Nagar West,	Chennai-600 078.
Chennai - 600 078.	Ph: (044) 4855 7525
Mobile: +91 99404 46650	Mobile: +91 87545 07070

discoverybookpalace@gmail.com
WWW.DISCOVERYBOOKPALACE.COM

இந்த நூலில் பிரசுரமாகியுள்ள எந்த ஒரு பகுதியையும் பதிப்பாளரின் எழுத்துபூர்வமான முன்அனுமதி பெறாமல் எடுத்தாள்வதோ, மறுபிரசுரம் செய்வதோ, மொழியாக்கம் செய்வதோ, அச்சு மற்றும் மின்னணு ஊடகங்களில் மறுபதிப்புச் செய்வதோ, காப்புரிமைச் சட்டப்படி தடை செய்யப்பட்டுள்ளது. இந்த நூலிலிருந்து குறிப்பிட்ட பகுதிகளை மேற்கோள்காட்டி புத்தக விமர்சனம் செய்ய, ஊடகங்களுக்கு மட்டும் அனுமதி உண்டு.

உங்கள் மொபைல் போனிலிருந்து ஸ்கேன் செய்து 'டிஸ்கவரி புக் பேலஸ்' மொபைல் ஆப்பை டவுன்லோடு செய்து, புத்தகங்களை வாங்குங்கள்.

சமர்ப்பணம்

புலம் பெயர்ந்தவர்களுக்கு

நன்றி

தமிழைத் தாய்மொழியாகக் கொண்ட நான் கர்நாடகத்தில் பிறந்து வளர்ந்த காரணத்தினால் கன்னடத்தில் உரைநடை இலக்கியம் எழுதிக்கொண்டிருந்தாலும் தாய் தமிழில் எழுத வேண்டுமென்பது என் நீண்ட நாட்கள் கனவாயிருந்தது. காலச்சுவடு இலக்கிய இதழில் என் முதல் தமிழ் கதை வெளியானது. அது எனக்கு பெரும் உத்வேகத்தையும் மகிழ்வையும் தந்தது. உடனே கன்னடத்தில் எழுத யோசித்திருந்த கருவை தமிழில் வளர்க்க தீர்மானித்து இக்குறுநாவலை எழுதி அமேசான் கிண்டலில் நானே வெளியிட்டிருந்தேன். இதற்கிடையில் என் கன்னடக் கதைகளை கே நல்லதம்பி அவர்கள் மொழிமாற்றம் செய்த "வாட்டர்மெலன்" எனும் தமிழாக்க கதைத் தொகுப்பை 'யாவரும்' வெளியிட்டனர். பிறகு வலைதளத்திலிருந்த இந்நாவலை அச்சு வடிவத்தில் கொண்டுவர வேண்டுமென்று விரும்பி டிஸ்கவரி பதிப்பகத்தின் வேடியப்பன் அவர்களைத் தொடர்புகொண்டேன். இப்படைப்பை வாசித்து உடனே பிரசுரிக்க சம்மதித்த அவருக்கு நான் கடமைப்பட்டிருக்கிறேன்.

அதே போல் இக்குறுநாவலை அமேசான் கிண்டலில் வெளியிட்ட திரைப்பட நடிகர் கிஷோர் அவர்களுக்கு நெஞ்சார்ந்த நன்றிகள். அவரோடு இப்பிரதியை முகநூலில் வெளியிட்ட கவிஞர் நரன் மற்றும் எழுத்தாளர் பதிப்பாளருமான ஜீவ கரிகாலன் அவர்களுக்கு மிகுந்த நன்றியைத் தெரிவித்துக்கொள்கிறேன். இதன் எழுத்து

பிழையைச் சரி பார்க்க உதவிய கவிஞர் வேதநாயக் அவருக்கு கடைமைப்பட்டிருக்கிறேன்.

இப்படைப்பை எழுத ஊக்கம் தந்த நாண்பர்களான மன்னை அசோக் குமார், ரியாஸ் மஹமத் இருவருக்கும் அன்பு நிறைந்த அணைப்பு. அதே போல் நாகராஜ் ஷெட்டி அவர்களுக்கும்.

கிண்டலில் வெளியான போது முகநூலில் மதிப்புரை எழுதி என்னை தமிழ் வாசகர்களுக்கு அறிமுகப்படுத்திய எழுத்தாளர் சரவணன் மாணிக்கவாசகம் அவருக்கு அன்பு வணக்கங்கள்.

பத்து வருடங்களாக அரபு வாழ்க்கையில் நான் கண்ட மனிதர்களுக்கு பிரத்யேகமான நன்றியினை தெரிவித்துக்கொள்கிறேன்.

இந்த குறுநாவலில் நான் பாலைவனத்திற்குள் செல்ல முயற்சித்துள்ளேன். இலக்கியத்தின் 'அநிச்சய'த் தன்மையை தன் உடலில் புகுத்திக்கொண்டிருக்கும் பாலைவனம் காவியத்தைப் போன்றே கணக்கற்ற அர்த்தங்களைக் கொண்டது. அதன் முடிவற்ற எல்லைகளை உங்கள் கண்களில் கொண்டுவர நானிங்கு யத்தினுத்துள்ளேன்ன்.

என்னைப் போன்ற புலம்பெயர்ந்தவர்களின் மூச்சை சுவாசிக்கவிருக்கும் உங்களுக்கு என் இதயம் நிறைந்த நன்றியையும் வணக்கங்களையும் தெரிவித்து விடை பெறுகிறேன்.

கனகராஜ் பாலசுப்பிரமணியம்

சவுதி அரேபியா
30/10/2021

"...I suddenly pictured my room grown old... The walls and the floors looked discoloured, everything seemed dingy; the spiders' webs were thicker than ever. I don't know why, but when I looked out of the window it seemed to me that the house opposite had grown old and dingy too, that the stucco on the columns was peeling off and crumbling, that the cornices were cracked and blackened, and that the walls, of a vivid deep yellow, were patchy."

Fyodor Dostoevsky
In "White Nights"

வெளிச்சமில்லா வானம்

அல் சகர் கபீலாவைச் சேர்ந்த ஃபஹத் இபின் ஃபாலஹ் அல் சொதரியின் நான்காம் புதல்வனின் திருமணத்தில், தபலா வாசித்துக்கொண்டும் ஷைலா பாடிக்கொண்டும் இருந்த பதர் மொஹம்மத் அல் சொதரி என்கிற அஸ்மர் அரபி சங்கரன் எனும் இந்தியனின் பேச்சைக் கேட்டு ஈரக்குலை கலங்கும் அளவுக்கு சிரித்துக்கொண்டிருந்தான்.

இப்படி அவன் சிரிப்பதற்குச் சற்று முன் மனதிற்குள் ஏதோ ஒன்று அவனை வாட்டிக்கொண்டிருந்ததால் வெளியில் எழுந்து வந்திருந்தான். முழு மனதுடன் அவனால் ஷைலா பாட முடியவில்லை. வெளியில் வானத்தை நோக்கி

நின்று பிறகு கைபேசியை எடுத்தான். அப்பொழுதுதான் தன் மனதைக் குத்திக்கொண்டிருந்த சங்கதி நினைவுக்கு வந்தது. அது ஹிந்தி பெண்ணாயி (சாயம் பூசுபவர்) சண்ட்ரன் என்று இவனால் அழைக்கப்படும் சந்திரனுடைய சங்கதி. இவன் ஏன் தன்னை வாட்டுகிறான் என்று யோசித்ததில் விடை கிடைத்தது.

நான் ஏன் அன்று அப்படி நடந்துகொண்டேன்!? நான் கொடுக்க வேண்டிய காசைக் கேட்டு அவன் எத்தனை முறை அழைத்திருக்கிறான், பாவம். அவனுக்குக் கொடுக்க வேண்டியதைக் கொடுத்துவிட்டு மன்னிப்புக் கேட்போம். அவன் மன்னிக்கும்வரை அவனைச் சந்தோஷப்படுத்துவோம்... அவன் மனதார மன்னிக்கவில்லையெனில் நான் ஜன்னத்திற்குப் போக இயலாது. பாவம் அவன்... குழந்தை குட்டிகளை விட்டுவிட்டு இங்கு வந்து கஷ்டப்படுகிறான்... மம்லகாவிலே இருக்கிறானா அல்லது ஹிந்துக்கே திரும்பிப் போய்விட்டானா?! அவன் கைபேசி எண் அதேதானா? கிடைக்க மாட்டீங்குது... ஏதாவது தொந்தரவில் மாட்டிக்கொண்டானா? அவன் ஏதோ தகாத வேலை செய்கிறான் என்று கேள்விப்பட்டிருந்தேன்... அப்படி ஏதாவது காரணத்திற்காக போலீசில் பிடிபட்டானா? பாவம்... அவனை ரொம்பவும் துன்புறுத்திவிட்டேன்... இரும்புக் கம்பியால் அன்று அடித்துவிட்டேன்... ச்சே... எப்படிப்பட்ட காரியத்தைச் செய்துவிட்டேன்... பிழைப்பு நடத்த நாடு விட்டு நாடு வந்த மிஸ்கீன் ஹிந்தியை அப்படி துன்புறுத்திவிட்டேனே... யா அல்லா..!

பதர் மொஹம்மத் அல் சொதரியின் பற்கள் கூசி மீண்டும் சந்திரனின் கைபேசி எண்ணிற்கு முயற்சி செய்தான். இப்பொழுது தொடர்பு கிடைத்தது. அந்தப் பக்கம் அழும் தொனி கேட்டது. இவன் நெஞ்சு படபடத்துக்கொண்டு "கல்லம் யா ரஜ்ஜால்... இஷ் முஸ்கிலா?" கேட்டான். சந்திரன் அழுதுகொண்டே கேட்டான்... "யாருப்பா நீ... இந்த விபரீத சமயத்தில் என்னை அழைத்து வருத்தம் தெரிவிக்கிறாய்?! யாருப்பா நீ... என் தெய்வமே... யார் நீ?" என்றான் அரபியில். இவன் தன் பெயரைச் சொல்லி, உனக்கு நான் காசு கொடுக்க வேண்டியிருக்கு, எங்கிருக்கிறாய் சொல் வந்து கொடுக்கிறேன்... என்னை மன்னித்து விடு. உன்னை நான் தாக்கியதற்கு மன்னிப்புக் கேட்கிறேன்..." இவன் பேச்சை முடிப்பதற்குள் அவன் இன்னவும் அழுத்தமாக அழத் தொடங்கினான். ஏதோ நடந்திருக்கும் போலிருக்கு

என்று சந்திரனின் அழுகை குறையும்வரை காத்திருந்த பிறகு இவன் "இஷ் முஸ்கிலா யா சண்ட்ரன்?" கேட்டு சந்திரன் கூறிய பதில் புரியாமல் சற்று நேரம் நின்று "இஸ் இஸ்..? அஸ்பர்... கல்லம் ஷ்வோயா ஷ்வோயா" என்றான். தபலா சத்தத்திலிருந்து தூரம் போய் நின்று சந்திரன் மெதுவாகச் சொல்வதைச் செவிகொடுத்துக் கேட்டு அதிர்ந்தான். மறு நிமிடமே சத்தமில்லமால் தொண்டைக்குள்ளே சிரித்தான், அஸ்மர் அரபிகள் சிரிக்குமாறு. சிரித்துச் சிரித்து வயிறு வலிக்கத் தொடங்கியது. அவன் வாழ்க்கையிலேயே இன்றுதான் இப்படிச் சிரிப்பது. இப்படி மனம் விட்டு அவன் சிரித்திருந்தது நான்கு வருடங்களுக்கு முன்.

அந்த முனையில் ஹிந்தி சண்ட்ரன் அழுதுகொண்டிருந்தான். பதர் மொஹம்மத் சிரிப்பை அடக்கிக்கொண்டு ஹிந்திக்குச் செவிகொடுக்கும்போது சில வருடங்களுக்கு முன் மனம்விட்டுச் சிரித்த அந்த நிகழ்வு அவன் நினைவின் ஆழத்திலிருந்து மேலே வந்து சைத்தானாக அவன் கண்கள் முன் குதிக்கத் தொடங்கியது. நிதானமாக அவன் கண்களுக்குள் அவள் வந்தாள். நான்கு வருடங்களுக்கு முன் தலாக் செய்து அவளிடமிருந்து பிரிந்த அந்த நிமிடத்தின் நினைவு இதயத்தைப் பிடுங்கி வெளியில் எறிந்தது. சந்திரனுடைய அழைப்பைத் துண்டித்துக் கண்முன் விரிந்து கிடக்கும் இருட்டை நோக்கினான்.

அவள் பெயர் லோப்னா. எகிப்து நாட்டைச் சேர்ந்தவள். வெள்ளை வெளேரென்று பொம்மையைப்போல் இருந்த இவனுடைய ராசகுமாரி. பிறப்பிலிருந்து தூக்கிக்கொண்டு அலையும் தன் கறுப்புத் தோலால் சிரமப்பட்டு, வருந்தி, அழுது, கல்லூரி முடித்து, சர்க்கார் உத்தியோகம் கிடைத்த பிறகு வெளிநாட்டுக்குப் போய், தன் தோலை வெள்ளை நிறத்துக்கு மாற்றிக்கொள்ள யத்தனித்து, அதில் தோற்று, கடைசியில் தன் குழந்தைகளாவது, தான் பட்ட கஷ்டம், வலிகளைப் பட வேண்டாமென்று தீர்மானித்து, எகிப்துக்குச் சென்று தேடிப்பிடித்து ஒரு வெள்ளை அரபிப் பெண்ணைத் திருமணம் செய்துகொண்டு வந்திருந்தான். அந்த வீட்டார் இவனுக்குப் பெண் தர உடனே சம்மதிக்கவில்லை. ஆனால் இவன் இரண்டு லட்ச ஈகிப்தியன் பவுண்ட் மஹர் கொடுத்து அவளைத் திருமணம் செய்துகொண்டிருந்தான். தன் வரும் தலைமுறை கறுப்புச் சருமத்தினால் அவதிப்படக் கூடாது

என்று சொன்னாலும் அவனுக்குள்ளும் ஒரு வெள்ளை நிறப் பெண்ணைத் தன் மனைவியாக்கிக்கொண்டு வாழ்க்கையில் பெருமிதம் அடைய வேண்டும் என்கிற எண்ணம் இருந்தது எனலாம். உற்றார், உறவினர் எதிரில் தன் பெயர் நிலைத்து நிற்கும்; ஒரு வெள்ளைப் பெண்ணைக் கட்டிக்கொண்டவன் என்கிற பெருமை காலங்காலமாகப் பேசப்படும் என்கிற ஆசை அவனைத் தீவிரமாக உந்தச் செய்திருந்தது.

எகிப்தில் திருமணமாகி சவுதிக்கு அவளை அழத்து வந்தபொழுது உற்சாகம் உச்சிக்கேறியிருந்தது. விழாவில் அவன் அப்படியே மிதந்துகொண்டிருந்தான். சிலர் கண்களில் பெருமிதமும், சந்தோஷமும் இருந்ததையும் இன்னும் சிலரில் பொறாமையும் வன்மமும் நிரம்பியிருந்ததையும் அவன் கவனித்திருந்தான். அதைப் பார்க்கவே அவனுக்கு அன்று மகிழ்ச்சியாயிருந்தது.

ஆனால் அந்த மகிழ்ச்சி ரொம்ப நாட்கள் நீடிக்கவில்லை. வெள்ளை உடம்பு கொண்ட ஒரு பெண்ணுடன் அடைந்த மகிழ்ச்சியின் உச்சம் மூன்று மாதங்களிலேயே அவனை அடித்தளத்திற்குத் தள்ளியிருந்தது. தன் மனதின் லகரி தூள்தூளாய்ப் போனதை அவனால் பொறுத்துக்கொள்ள முடியாமல் போயிற்று. அந்தப் பெருந்துயரத்திலிருந்து வெளிவர அவனுக்கு ஒரு வருடத்திற்கும் மேல் தேவைப்பட்டது. உற்றார்,உறவினர் எதிரில் முகம் காண்பிக்கவே வேதனைப்பட்டு மேலிடத்தில் கேட்டு இடமாற்றம் பெற்று இரண்டு வருடங்கள் ஏமென் நாட்டின் எல்லையிலுள்ள ஓர் ஊரில் பணிசெய்து மீண்டும் சுலய்யலுக்கு மாற்றம் பெற்றிருந்தான். அந்தத் திருமணத்தின் காரணத்தினால் எழுந்த பிரச்னையைத் தீர்த்துவைக்க உதவிய தம் குடும்பத்தின் பதூவீ முதலாளி கபீலாவுக்கு நன்றி செலுத்தத்தான் இன்று அவர்களின் திருமணத்தில் இசை வாசிக்க வந்திருந்தான். அழகுக் கன்னி லோப்னா சம்பந்தமாக எழுந்த பிரச்னையைத் தீர்க்க இவன் அண்ணன் ஒருகாலத்தில் தம் முதலாளிகளிகளாக இருந்தவர்களிடம் தஞ்சம் கேட்போம், சார்ந்தோருக்குக்காக உயிரையும் கொடுக்கும் பதூவீ குழுக்கள் கண்டிப்பாக தம்முடன் நிற்பார்கள், இந்தப் பிரச்னையைச் சுமுகமாகத் தீர்த்துவைப்பார்கள் என்றிருந்தான். ஆனால் இவன் வேண்டாம் என்று தடுத்தான். 'அடிமை முறையை சவுதி அரசு அழித்து தசாப்தங்களே கடந்துவிட்டன, இதைப்

போன்ற காரணங்களுக்காக நாமே நம் அடிமைத்தனத்தைப் புதுப்பிக்க வேண்டாம், நாமே தீர்த்துக்கொள்வோம். நம்முடன் அரசாங்கம் இருக்கிறது' என்று வாதமிட்டிருந்தான். அவன் அண்ணன், 'நீ விவரம் அறியாத சிறு பிள்ளை' என்று கூறிச் சிரித்திருந்தான். அவன் சொன்னபடியே பதர் மொஹம்மத் அல் சொதரி தம் குடும்பத்தின் ஒருகாலத்து முதலாளிகளான அல் சகர் கபீலாவைச் சேர்ந்த அல் சொதரி பதூவீக் குழுவை உதவி நாடிச் செல்லத்தான் நேர்ந்தது.

அவையெல்லாம் பதர் மொஹம்மத்துக்கு இப்பொழுது தீவிரமாக ஞாபகம் வந்தன. அதிலும் லோப்னாவின் ஞாபகம். இந்த உலகிலே அவளைப் போன்று ஓர் அழகி இல்லையென்றே அவன் நம்பியிருந்தான். அலுவலகம் முடித்து எப்போது அவளைப் போய்ப் பார்ப்பேனோ, முத்தமிடுவேனோ, அணைப்பேனோ, அவளைக் கட்டி உருளுவேனோ என்று சதா துடித்துக்கொண்டே இருந்தான். தேக ஈர்ப்பு மெதுவாகக் கரைந்து உள்ளம் விரும்பும் ஈர்ப்பாய் அவள் இவனுக்குள் மாறியிருந்தாள். அவளெதிரில் ஊத் வாசித்துக்கொண்டு எகிப்தின் பாடகன் அப்தெல் ஹலீம் ஹஃபேஸின் காதல் பாடல்களைப் பாடிக்கொண்டிருந்தான்.

அவளை அரசியைப்போல் நாற்காலியில் அமரவைத்து அந்த இரவு தரையில் அவன் உட்கார்ந்து வாசித்து முடித்த பிறகு சத்தமாக அழுதான். அழுதுகொண்டே "லோப்னா என் ஆருயிரே... இதை எப்படிச் சொல்ல? ஹபீபி... உன் வீட்டார் ஏன் அதை என்னிடமிருந்து மறைத்துவைத்தனர்? நீ இல்லாமல் நான் வாழ இயலாது அன்பே... மரணம் என்னையை அழைத்துட்டுப் போகட்டும்... ரோஹி... கல்பி... நீ இல்லாத வாழ்க்கையை கற்பனையில்கூடப் பார்க்க முடியவில்லை... லோப்னா என் இதயமே... எவ்வாறு அதை நான் கூறுவது? ஓம்ரி... என் இதயம் வெடித்துவிடும்போல் இருக்கிறது? கைஃபயும்கெனுனி அன அகுலலகி அன்னோயே ஜீப் அன் ஊதல்லீ கூகீ..!?"

அந்த இரவில் அவளுக்குத் தலாக் கொடுப்பதைப் பற்றி வேதனையுடன் கூறியிருந்தான். வாழ்க்கை இதோடு முடிந்துபோகட்டும் என்று அழுதிருந்தான்.

இருட்டின் மடிப்புகளைப் பார்த்தவாறு அவனுள் மலர்ந்த அந்நினைவுகள் பொறுக்க முடியாத நரக வேதனையை அவனுக்குள் தந்து அழுகை வந்திருந்தது. யார் கண்ணிலும்

படாமல் அவன் ஹமாம் சென்று தாழிட்டு சமாதானம் ஆகும் வரை சத்தமில்லாமல் அழுதபடியிருந்தான். சவுதி பாடகன் காலித் அப்துர்ரெகமானின் சோகப் பாடல்களிலொன்றைப் பாட மனம் விரும்பியது. மூச்சை மெதுவாக விட்டான். 'கறுப்பும் வெள்ளையும் சேர இந்த உலகம் ஒருபோதும் விடவே விடாதா!? இந்த மனித வண்ண அவலம் என்றுமே அழியாதா!? மனிதத் தோல் ஏன் வெறும் மூன்று வண்ணங்களிலே உள்ளது? பச்சையாகவோ, மஞ்சளாகவோ அல்லது அகத்திலிருக்கும் குருதியைப்போல புறத்திலும் சிவப்பாக இருந்திருக்கலாமே?' என்று யோசித்தபடி தன் உடலை அவன் பார்த்துக்கொண்ட தருணத்தில்தான் தலைமேல் பெரும் கல் விழுந்ததைப் போல் பயத்தால் எகிறிக் குதித்திருந்தான்.

ஹமாமின் நான்கு சுவர்களுக்குள் நடுங்கிக்கொண்டிருந்த பதர் மொஹம்மதுக்குக் கோபம் பிய்த்துக்கொண்டு வந்தது. அந்த ஹிந்தி சண்ட்ரன் ஏதாவது இவன் கையில் சிக்கினால் கொலை செய்யவும் தயங்க மாட்டான் இப்பொழுது... சுவர்களை எட்டி உதைத்துக்கொண்டிருந்தான். விரல்களை இறுக்கிப் பிடித்து சுவரில் ஓங்கிக் குத்திச் சத்தமில்லாமல் அலறினான்:

"கல்ப் ஹிந்தி... உன்னை விடமாட்டேன்... என்னை கலாய்க்கத்தான் நீ அப்படிச் சொல்கிறாய் என்று நினைத்தேன்... நீ சொன்னதைக் கேட்டு விழுந்து விழுந்து சிரித்தேன்... நீ சொன்னதுபோலவே எனக்கும் நிகழ்ந்துள்ளதே? எப்படி? ஏதோ செய்திருக்கிறாய் நீ... விடமாட்டேன் உன்னை... நீ கூறிய இந்தியர்கள் அப்துல்லா, மகேசா... ஒருவனையும் விட மாட்டேன்!"

*

பாலைவன நீரருவி

மண்டைஓடுகள் வெடித்துவிடும்போல் சிரித்துக்கொண்டிருந்த சந்திரனுக்கு சற்று முன் நிகழ்ந்தது என்னவென்றே தெரியாமல் கண்கள் சுற்றித் தரையில் விழுந்தான்... இது நிஜமா அல்லது போதையில் நான் உளறிக்கொண்டிருக்கிறேனா என்று தெரியாமல் அவன் கலங்கியிருந்தான்.

அவன் தலை கிர்ரென்று சுற்றிக்கொண்டிருந்தது, கைகால்கள் வெடவெடத்திருந்தன. தண்ணீர் வண்டி அப்துல்லாவின் அழைப்பைக் கேட்டுக் கதிகலங்கிச் சிரித்தவன் இப்பொழுது ஆயிரக்கணக்கான தேனீக்கள் முற்றுகையிட்டதுபோல் தவித்துக்கொண்டிருக்கிறான்.

அப்படிச் சம்பவிக்க வாய்ப்பே இல்லை. பேட்டரி செல்களிலும் மார்க்கர் பேனாக்களின் மையாலும் தயார் செய்த இந்தப் பாழாய்ப்போன சாராயத்திலிருந்துதான் அப்படித் தோன்றுகிறது என அவன் தன்னை ஆசுவாசப்படுத்திக்கொண்டான். சவுதி அரேபியாவில் ஒரு துளி ரம்மோ, விஸ்கியோ கிடைக்காது என்பதால் இவன் தன் நண்பர்களைச் சேர்த்துக்கொண்டு தன் ரூமிலேயே சாராயம் காய்ச்சிக்கொண்டு அருந்துவான். சில சமயம் அது மண்டைக்கேறி அவனை அந்தரத்தில் மிதக்க வைக்கும். வானத்துக்குப் போய் மழையை இழுத்துக்கொண்டு வரச்செய்யும்; அல்லது இந்தியாவில் இருக்கும் உற்றார், உறவினரைத் தன்னுடன் ‘பட்சணம்’ செய்ய அழைத்து வரும். தன் தந்தையின் காதுகளுக்குள் சாராயத்தை ஊற்றி “அப்பா, இப்போ கேக்குதாப்பா... காது கேக்குதாப்பா... என்னைப் பெத்தவனே இப்படி ஆயிட்டே! உனக்கு... என்ன செய்ய மக்கா?” என்று சிரித்துக்கொண்டு அழுவான். அரபி, தமிழ், மலையாளம், கொஞ்சம் தெலுங்கு கலந்து புதியதோர் மொழியில் ‘சம்சாரிப்பான்’. இவன் கூறுவது ஒன்றுமே புரியாமல் அவன் சகாக்கள் எழுந்து போய்விடுவார்கள். பிறகு ஒற்றையில் சுவர்களுடனும் தொலைக்காட்சியில் வரும் விஜய்யோடவோ, அஜித்தோடவோ கதைப்பான். சில சமயம் கைபேசியெடுத்து யார் யார் எண்களையோ அழைத்து அவர்களுடன் ஏதேதோ பேசிக்கொண்டு அழுவான் அல்லது சிரிப்பான்.

அப்படியொரு தருணத்தில்தான் அவளுடைய அழைப்பு வந்தது. அவளொரு இந்தோனேசியாக்காரி. எண்கள் மாறி இவனுக்கு அழைத்துவிட்டாள், பாவம். ஒரு மணிநேரம் மூச்சு விடாமல் அரேபியில் பேசிய சந்திரன் அவளுக்காக உயிரையே கொடுக்க முனைந்தான். இவன் பேச்சில் கரைந்துபோன அவள் சவுதி அரேபியாவில் தனக்கென்று இருப்பதே இவன் மட்டும்தான் என்று பாவிக்க ஆரம்பித்தாள். அன்று தொடங்கிய கைபேசி சிநேகிதம் காதலாக மாறி இந்தோனேசியாவில் திருமணம் செய்துகொள்ளும் திட்டம் போடுமளவுக்குப் போயிருந்தது.

சந்திரன் அவளுக்காகத் தன் பொண்டாட்டியையும் இரண்டு குழந்தைகளையும் விட்டுவரத் தீர்மானம் செய்திருந்தாலும் சாராயம் கண்களுக்குள் படர்ந்து நிற்கும் நேரங்களில் அழுவான். பெற்ற குழந்தைகளை விட்டுவிட அவனுக்கு மனம் வரவில்லை. இந்தியாவுக்குப் போய் பிள்ளைகளைப் பார்த்தும் மனைவியைத் தொட்டும் ஐந்து வருடங்கள் ஆகியிருந்தன.

முப்பத்திரண்டு வயதான சந்திரன் அவ்வப்போது கைபேசியில் தன் மனைவியுடனும் இந்தோனேசியாக்காரியுடனும் கலவி கொள்வான். கேமரா எதிரில் அவர்களை உடைகளை அவிழ்த்து நிற்கச் சொல்வான். பிறந்த மேனியில் நின்று சுயமோகம் கொள்வான். தன் ஆண்மையைக் கண்டு அவர்கள் இருவரும் வியந்து நிற்குமாறு வித்தைகள் சிலதைக் காண்பிப்பான். "ஐந்து வருடங்களாக வறண்டு கிடக்கேண்டி... கழட்றீ..." என்று கூச்சலிடுவான்; அழுதுகொண்டு சில சமயம் "என்ன செய்ய அழகி... நம் பிள்ளைகளுக்காகத்தானே இப்படி வாழ்றது" என்று தன்னைத் தானே தேற்றிக்கொள்வான். இந்தோனேசியாக்காரி சிரித்துக்கொண்டு, "உன்னைப் பார்த்தா எனக்குப் பாவமா இருக்கு" என்பாள். சிலசமயம் அவள் அழுதுகொண்டு தனக்கு இவ்வாறு நடக்கிறது என்று கூறும்பொழுது இவன் பொங்கி எழுவான். குதித்து, "ரியாத்திற்கு இப்பவே வருகிறேன் என் பேபி" என்று குதிப்பான். அவள் வழக்கம்போல் அவனைத் தடுத்து நிறுத்தி ஆடைகளை உரித்து வீசி, "இது, நம் நாடல்ல நண்பா!" என்று கூறியபடி இவனுக்குப் பாலூட்டுவாள். "ஆம், நீ சொல்வதும் சரிதான்... சரி... நீ சொல்வதைப்போலவே நீ ஊட்டும் பாலை உறிஞ்சிக்கொண்டு என் வெறியைத் தணித்துக்கொள்கிறேன், ஹபீபி" என்று கைபேசியின் திரைக்கு வாய் வைப்பான்.

தான் செய்யும் இந்தக் கள்ள ஆட்டமெல்லாம் இந்த நாட்டு போலீசுக்குத் தெரிந்தால் தலையை வெட்டுவார்கள் என்று அஞ்சியோ அல்லது தன் குடும்பம் நினைவில் வந்தோ சில நாட்கள் சாராயத்தையும் இந்தோனேசியப் பெண்ணின் சகவாசத்தையும் விட்டுவிடுவான். இரண்டு வாரங்களுக்குள் மீண்டும் சூடாகச் சாராயத்தை அருந்தி அவளுடன் மாயக்கலவி கொள்வான். இதுபோல் மூன்று வாரங்களாய் விட்டிருந்த வானவில்லை மீண்டும் தொகுத்து நின்ற கணத்தில்தான் இளையான்குடியைச் சேர்ந்த தண்ணீர் வண்டி அப்துல்லா உசேன் கைபேசியில்

அழைத்திருந்தார். அவர் சொன்னதைக் கேட்டு ஐநூறு கிலோமீட்டர் தொலைவில் இருந்த இந்தோனேசியக்காரிக்கே கேட்கும் அளவுக்குச் சத்தமாகச் சிரித்திருந்தான். 'இரண்டு பேருக்கும் இதைச் சொன்னால் பயங்கரமாக சிரிப்பாளுக' என்று யோசித்தவாறே பாத்ரூமுக்குப் போய் வந்து சித்தம் கலைந்து நின்றிருந்தான். ஒன்றுமே புரியாமல் தன் மலையாளி சிநேகிதன் ரெணித்துக்கு போன் போட்டு அழுதான்.

சந்திரன் சொல்வதைக் கேட்டு அவன் சிரித்து அழைப்பைத் துண்டித்திருந்தான். சந்திரன் கத்தி அழுதான். தன் தந்தையின் காது கேளாமையை நக்கலாகப் பேசியதற்குத்தான் கடவுள் எனக்கும் இப்படிச் செய்தாரா... பாவம் அவர்... காட்டன் மில்லின் மோட்டார் சத்தத்திற்குச் செவிகளை இழந்துவிட்டார். அவரைத் திருவனந்தபுரத்துக்கோ அல்லது சென்னைக்கோ அழைத்துப்போய் நலமாக்கணும் என்கிற கனவு கனவாகவே உள்ளது. எனக்குக் குழந்தை பிறந்த பிறகு அவரை நான் அலட்சியப்படுத்திவிட்டேனா? அதைக் கண்டுகொள்ளாமல் அவர் உள்ளுக்குள் எவ்வளவு நொந்திருக்கக்கூடும்... முத்தான இரண்டு குழந்தைகளுடன் நான் வாட்ஸாப் வீடியோ கால்களில் அன்பாகக் கதைத்து வருடம் ஆச்சோ என்னவோ! பாவம், அவர்களுக்கு என்னை விட்டால் யார் இருக்கிறார்கள்... பாவப்பட்ட ஜீவன்கள்! என் மனைவியை வஞ்சித்துவிட்டேனா... அவளும் யாரையாவது பார்த்துக்கொண்டிருந்தால்? அப்படி ஏதாவது நடந்திருந்தால் வெட்டிக் கூறுபோட்டுவிடுவேன். அது அவளுக்கும் தெரியும். அய்யோ... இப்பொழுது நிகழ்ந்திருக்கும் இந்த சங்கதி அவளுக்குத் தெரிந்தால்? அவள் பாழாய்ப்போகட்டும். இவள், இந்தோனேசியாக்காரிக்கு அதை எவ்வாறு கூறுவது? அவமானம்... அய்யோ...

இனி எப்படி அந்த இரண்டு பொம்மனாட்டிகள்கிட்ட முகம் காண்பிப்பது? நிர்வாணமாக நின்று கைகளை விரித்துத் தமிழ்ப் படங்களின் பாடல்களைப் பாடியவாறே அவர்களை ரசிக்க வைத்துக்கொண்டிருந்த நாட்கள் இனி நடக்குமா? இதற்கு ஒரு தீர்வு காண வேண்டும்... ஊருக்குப் போனால் மட்டும்தான் இது முடிவுக்கு வரும்... உடனே நாட்டுக்குப் புறப்பட முடியுமா? இந்தியாவின் ஏதோ ஒரு நகரத்திலா நாம் இருக்கிறோம், நினைத்தவுடனே புறப்பட? விசா, ஹக்காமா, மெடிகல் இன்ஷுரென்ஸ்களைப் புதுப்பிக்கணும்.

கஃபீலுக்கு அழைத்து விசா போடச் சொல்லலாமென்றால் அவனோ ஜோர்டனுக்குப் போய் மாதமாயிற்று. அடுத்த மாதம்தான் வருவான். என்ன செய்வது? ரியாத்துக்குப் போய் போலீஸில் பிடிபட்டு நம்மளை நாமே நாடு கடத்திக்கொள்வோமா? கையில் ஒரு பைசா காசும் இல்லையே... என்ன செய்ய? ஆம்... எனக்கு அவன் ஆறாயிரம் ரியால் கொடுக்கணுமே? யார் அவன்? கறுப்பு அரபியா, வெளுத்த அரபியா? கறுத்த அரபிதான்.

வேலை சரியாகச் செய்யவில்லை என்று எனக்கும் அவனுக்கும் தகராறு ஏற்பட்டுக் காசு அப்படியே நின்றுபோனது. கடைசியில் கைகலப்பாக மாறியது. அன்று அவன் என்னை இரும்புப் பைப்பால் எப்படியெல்லாம் அடித்தான்... நானும் அடித்தேன்... அவன் அண்ணன் வந்து தடுத்திருக்கவில்லையெனில் அவனை அன்று நான் அங்கேயே கொன்று போட்டிருப்பேன்... பாக்கி காசுக்கு நான் மஸூல் என்று அவன் அண்ணன்தானே கூறினான். அவனைக் கேட்டுக் கேட்டுச் சோர்வடைந்துபோனேன். இப்பொழுதும் கேட்போம். அவன் பெயர் என்ன? மறந்தேபோச்சு... ஏதோ அல் சொதரி... பதர் மொஹம்மத் அல் சொதரி. நாயே... காசு குட்றா... நான் வேலை செய்த காசுடா... உங்கிட்ட நான் பிச்சை கேட்கலே... தறுதலை நாய்...

குட்றா காசை... ஆமா, பதர் மொஹம்மத் நீயா அல்லது என்னை அடித்த உன் தம்பியா? யாரா இருந்தால் எனக்கென்ன... கொடுக்க வேண்டிய காசை குட்றா கருவாயா..!'

கைபேசியின் வெள்ளைத் திரைக்குள் கறுப்பு எழுத்துகளில் இருக்கும் பதர் மொஹம்மத் என்கிற அஸ்மர் அரபியின் எண்ணைத் தேடிக்கொண்டிருந்தான்.

டேய்... புரிஞ்சுக்கடா... என் தலைவிதியே சரியில்லை... நான் சொல்வதைக் கேட்டு நீ சிரிக்கலாம். ஆனால் அதுதான் உண்மை. கேளுடா டேய், கருவாயா... நீயும் பாவம்தான். என்ன செய்ய... வேர்வை சிந்தி நான் உழைத்த காசுடா... புரிஞ்சுக்கோ. நீ ஒன்றும் காசுள்ள சவுதியில்லை; அது எனக்கும் தெரியும்... என்னைப் போலத்தான் நீயும் ஏழை. ஏழைக்குத்தான் இன்னொரு ஏழையின் வலி தெரியும் என்பார்கள். ங்கோத்தா, உனக்கேண்டா புரிய மாட்டேங்குது? ஐந்து மாசமா வேலையே

இல்லாமல் ஊருக்கு ஒரு பைசாவும் அனுப்பலைடா. என் பொண்டாட்டி... பொண்டாட்டி அல்ல அவள் தேவதை, என் தேவதை. தன் தங்கச்சங்கிலியை அடகு வைத்து வீட்டை மேனேஜ் செய்துகொண்டிருக்கிறாள். இங்கு எனக்கு உருப்படியா ஒரு வேலையும் மாட்ட மாட்டேங்குது. என்ன செய்ய? ஒரு காலத்தில் உங்களை ஏமாத்தி காசு பிடுங்கினது வாஸ்தவம்தான்... அதற்கு என்ன செய்ய இப்போ சொல்லு? என் நிலைமை நாயைவிடக் கேவலமாயுள்ளது. டேய் கருவாயா... இப்பொழுது எந்த நிலைமையில் இருக்கிறேன் தெரியுமா? உனக்கதைச் சொல்ல மாட்டேன்... சொன்னால் நீ சிரித்துக்கொண்டு எனக்கு நேர்ந்ததை நினைத்து ரசிப்பாய்... ஆங்... இது எனக்கு எப்படி நேர்ந்தது!? அவன்தான்... பீ வண்டி ஓட்டும் இளையான்குடி அப்துல்லா உசேன் சொன்னதினாலா? அவன் என்ன சொன்னான்? தன் மகனைப் பற்றி அவன் கேட்டானா? ஏதோ சொன்னானே... டேய் கருவாயா... உனக்குத் தெரியுமாடா, எங்கள் ஹிந்தி அப்துல்லா பாய் ஏதோ சொன்னான். அது என்னவென்று உனக்குத் தெரியுமா? ங்கோத்தா சொல்டா... என்ன, கறுப்பா இருந்தவன் வெளுத்திருக்கே? சைனா போய் தோலையே மாத்திட்டு வந்துட்டியா? எப்படி? ஹஹஹ... ங்கோத்தா எப்படிடா வெளேர்னு மாறிட்டே? ஓ... செவரா இது!

என் வாழ்க்கை முழுவதும் இந்த சுவர்களோலவே உரையாடிக்கொண்டிருக்கிறேன். இப்படியே இரண்டாயிரம் வருடங்கள் கடந்தனவா? சிரிக்காதீர் சுவர்களே... நான் என்றால் நான் மட்டுமா? என் ஒட்டுமொத்தக் குலத்தையே சொல்கிறேன். நீ யார்? யார் நீ? ஆஃப்டரால் ஒரு சுவர்... ஹிந்தியில் சுவர் என்றால் என்னவென்று தெரியுமா? பன்னி... பீ தின்னும் பன்னி. சுவர் இல்லாமல் இருந்திருந்தால் வீடில்லை, ஊரில்லை, நாடுகளே இல்லை. நாடுகள் இல்லையெனில் விசா தொந்தரவே இல்லை. இந்த சவுதி, இந்தியன், இந்தோனேசி, பாகிஸ்தானி என்கிற சுவர்கள் இல்லாமல் நீ அந்த மதம், நான் இந்த ஜாதி, நீ ங்கோத்தா பணக்காரன், நா ஏழைங்கற வேறுபாடுகளே இல்லாமல் மனிதர்கள் நிம்மதியாக இருந்திருப்பார்கள்... எவண்டா உன்னைக் கண்டுபிடிச்சவன்? டேய், உன்னைத்தான் கேட்கிறேன். சுவர் கே பச்சா சுவர், உன்னைத்தாண்டா... எவண்டா உனக்கு முதல்லே உயிர் குடுத்தவன்? அவனைப் போடணும் முதல்லே.

குயில் சத்தம் கேட்குதே! பாலைவனத்தில் குயில் இருக்கிறதா என்ன? சிட்டுக்குருவியைத் தவிர வேறு எந்தப் பட்சியையும் நான் இங்கு பார்த்ததில்லையே... புறாக்களைப் பார்த்துள்ளேன்... பிறகு? ஏதேதோ பறவைகள். பெயர் தெரியாது. பதூவீகள் வைத்துக்கொள்ளும் சகர் தெரியும். பறவைகள் எத்தனை வருடங்கள் வாழும்? மனிதரைப்போல் ஐம்பது, அறுபது வருடங்கள்? வானில் அவைகளுக்கு எவ்வாறு வழி தெரிகின்றன?! நாடு விட்டு நாடு போகுமா? அவைகளுக்கெல்லாம் இந்த விசா, மயிரு, மண்ணு எல்லாம் தேவையில்லை... நான் ஒரு பறவையாயிருக்கக் கூடாதா? பறந்து பாலைவனத்தைத் தாண்டி எப்பொழுது வேண்டுமானாலும் நாட்டுக்குப் போகலாம்... பறந்து எங்கு வேண்டுமானாலும் போயிருக்கலாம்... என் குழந்தைகளாவது பறவைபோல் சுதந்திரமாக வாழட்டும்... நான் ஏன் பறவையொன்றைப் புணர்ந்து சிறகுள்ள குழந்தையைப் பெற்றெடுக்கக் கூடாது? சகர் என்கிற பாலைவனக் கழுகைப் புணர்ந்தால் என் மகன் அதைப்போலவே திடமாக வானின் சுவர்களையும் வெட்டி வீழ்த்தி ராஜாவாக வாழ்வான். டேய் சங்கரா... நட்றா... பாலைவனத்துக்குப் போய் சகரைப் பிடித்துப் புணர்வோம். டேய்... டேய்... முடிந்ததா, உன் வாழ்க்கை முடிந்ததா? நீ செத்துப்போயிருவியா? டேய் அப்துல்லா... உம் மவனெ கெடுத்தேனென்று நினைத்து எனக்கு நீ இப்படி செஞ்சியா? டேய்... எனக்கும் புள்ளைக் குட்டி இருக்குடா. உன்னைப் போலத்தான் நானும் பெத்தவண்டா... பிள்ளைகளை விட்டு தனியாக வாழறோம்டா... நாமெல்லாம் ஒரே கூட்டம் தாண்டா... உனக்கெப்படிடா மனசு வந்துது இப்படிச் செய்ய? சொல்லுடா... இதை எப்படிக் கத்துட்டே... மாயமந்திரம் செய்றீயா? சூடானிகளோடு இருந்து ஆப்பிரிக்க மாயவித்தை கத்துட்டியா? இருடா... உனக்கிருக்கு... இந்த நாட்டு போலீஸ் உன்னைப் பிடிப்பாங்க... ப்ளாக் மேஜிக் பண்ணிக்கிட்டு திரியறியா? இந்த நாட்டு சட்டம் தெரிஞ்சும் நீ அப்படி செய்றியா... ஒருநாள் அல்லது ஒருநாள் நீ பிடிபடாமலா போயிடுவே..!

*

மிதக்கும் இரவுகள்

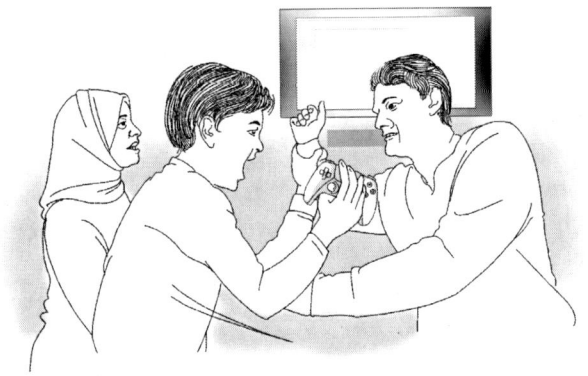

அவன் சிரிப்பினுள் மகேசன் சொன்னது குதித்துக்கொண்டிருந்தது. சிரிப்பை அடக்க முடியாமல் எகிறிக் குதித்தும் தரையில் புரண்டும் பார்த்தான். சிரிப்பு நிற்பதாக இல்லை. வயிறு வலிக்க ஆரம்பித்தது. உஃப் என்று மூச்சைத் தள்ளி நாற்காலியில் அமர்ந்தான் அப்துல்லா உசேன்.

சிரிப்பைச் சுதாரித்துக்கொண்டாலும் மகேசன் கண்முன் வந்துகொண்டே இருந்தான். 'இது எப்படி நிகழ்ந்திருக்கக்கூடும்?' என்று யோசிக்கத் தொடங்கினான். 'அநேகமாக இது பொய்யாகத்தான் இருக்க வேண்டும். இப்படியெல்லாம் நிகழ வாய்ப்புண்டா..?'

ஆரம்பத்தில் இது கேலி என்றே நம்பியிருந்த அப்துல்லா மகேசனின் அழுகையைக் கண்டு திகைத்து நின்றிருந்தான். பாலைவனத்தில் வழி தவறி அவன் திண்டாடுவதுபோல் தோன்றிக் கலங்கி நின்றிருந்தான். மகேசன் கூறிய விவரங்களைக் கேட்டு அவனால் சிரிக்காமல் இருக்க முடியவில்லை. அப்பொழுது ஆரம்பித்த சிரிப்பு இப்பொழுதுதான் ஒரு கட்டத்துக்கு வந்து நின்றிருக்கிறது.

பெருமூச்சொன்றை விட்டபடி முதுகை அழுத்திக் கால்களை நீட்டி நாற்காலியில் சாய்ந்தான். இது குளிர்காலம் என்பதால் தண்ணீருக்காக அவனை அழைப்போர் குறைவானதால் வேலையின் கொதிகொதிப்பு அவ்வளவாக இருக்கவில்லை. கண் மூடிச் சிரிப்பை நெஞ்சுக்குள் அடக்கி யோசிக்கத் தொடங்கினான். 'மகேசனுக்குச் சம்பவித்ததுபோல் தன் மகன் சுல்தானுக்குச் சம்பவித்திருக்கக் கூடாதா?' என்று ஆசைப்பட்டான்.

அப்படிச் சம்பவித்திருந்தால் என்னைவிட இந்த உலகில் யாரும் சந்தோசம் அனுபவித்திருக்க மாட்டார்கள். பாழாய்ப்போனவன்... என் ரத்தத்தை உறிஞ்சி எடுத்துவிட்டான். அவன் பிறந்து ஐந்து வருடங்களில்தான் நான் இந்தப் பாலைவனத்துக்கு வந்தது.

மூன்று பெண் மக்களுக்கு நிக்கா செஞ்சு அவர்களை அனுப்பவதற்குள் மூச்சு போய் வந்திடுச்சு. இவனாவது படிச்சு முன்னுக்கு வரட்டும் என்று பார்த்தால் பாழாய்ப்போய்விட்டான். பட்டம் படித்து வேலைக்குப் போய் என் தொல்லைகளைத் தீர்ப்பான் என்று பார்த்தால் தறுதலையாகிவிட்டான். பெத்தவனுடைய வலி அவனுக்கு எப்படித் தெரியும்... அவன் நல்லா இருக்கத்தானே இருபத்திரெண்டு ஆண்டுகள் இந்தப் பாலைவனத்தில் குப்பை கொட்டிக்கொண்டிருக்கிறேன்...

முதலில் வீடு, பிறகு பெண் மக்களுக்குத் தங்கம், நிக்காவிற்குக் காசு, இவற்றுடன் அவன் படிக்க வேண்டி இங்கிலீஷ் ஸ்கூல் கட்டணம். நான்கு பேர் எதிரில் தில்லா வாழணும் என்கிற பெயரில் இங்கு செய்த வேலை ஒன்றா, இரண்டா..!?

பூஃபியாவில் எச்சில் தட்டுகளைக் கழுவும் வேலை முதற்கொண்டு சூப்பர் மார்கெட்டில் கொஞ்ச நாள் இருந்து டிரைவிங் கற்றுக்கொண்டு ஒரு அரபி வீட்டில் டிரைவராகச் சேர்ந்து பிறகு மக்ஸலாவில் துணி துவைக்கும் வேலைக்குச்

சேர்ந்து, அப்புறம் பய்யாரா வண்டியில் சேர்ந்து நான்கு காசு சம்பாதித்து, கக்கூஸ் குழியை மோட்டரில் அள்ளும் அந்த நாற்றம் பிடித்த வேலையை விட்டு, இந்தச் சுலய்யல் என்கிற ஊருக்கு வந்து கௌரவமாகக் குடிதண்ணீர் வண்டியை ஓட்டிக்கொண்டிருக்கும் இந்த வாழ்க்கையில் அனுபவித்த வலி ஒன்றா, இரண்டா... எல்லாம் எதற்கு? இவன் நல்லா இருக்க வேண்டித்தானே... மூன்று வருடங்களுக்கொரு முறை ஊருக்குப் போய் பிள்ளை குட்டிகளுடன் சந்தோஷமாக இருக்கத்தானே... என் பாதி வாழ்க்கை இங்கேயே போய்விட்டது. பிள்ளைக் குட்டிகளின் சந்தோஷத்திற்காக என் மொத்த வாழ்க்கையும் இழந்துவிட்டேனே... மூன்று வருடங்களுக்கொரு முறை நான்கு மாத விடுமுறையில் ஊருக்குப் போய்வந்து இங்கேயே வயதைக் கழித்து விட்டேன். இவன் சந்தோஷமாக வாழ வேண்டுமென்று எவ்வளவு கஷ்டப்பட்டது... அன்றே நான் உஷாராகியிருக்க வேண்டும்.

என்னை அவன் வாப்பா என்று அழைக்கவே ரொம்ப வருஷம் எடுத்துக்கொண்டான். இந்த வாழ்க்கை வேண்டுமா என்று தோன்றியிருந்தது. சவுதியை விட்டுவிட்டு ஊரிலேயே தங்கிவிடலாமா என்று ஒவ்வொறு விடுமுறையின்பொழுதும் யோசித்திருக்கிறேன். ஆனால், பிள்ளைகளை நினைத்து மீண்டும் விமானம் ஏறிக்கொண்டே இருக்கிறேன். படைத்த இறைவன் எழுதியதை நாம் மாத்தவா முடியும்?

இவனுக்காகத்தானே நான் இங்கு வாழ்வது? ஆனால் அவன் நான் சொல்வதை ஒன்றுமே கேட்பதில்லை. யார் சொன்னாலும் திருந்தவே இல்லை.

மொகமத் ரபீ தன் மகனுக்கு அதென்னவோ ப்ளே ஸ்டேஷன் என்கிறதை வாங்கிக் கொடுத்தேன் என்று பீத்திக்கொண்டிருந்தான். இவனுக்குப் பனிரெண்டு வயது அப்போது. நானும் அந்த ப்ளே ஸ்டேஷன் என்கிற கருமத்தை வாங்கிக் கொடுத்தேன். அங்கிருந்துதான் எல்லாம் ஆரம்பித்தது. மொகமத் ரபீ தன் பிள்ளைக்கு வாங்கிக் கொடுத்தான் என்று போட்டிக்காக நான் வாங்கிக் கொடுக்கவில்லை. இவன் சந்தோசமாக விளையாடிக்கொண்டே வளரட்டும் என்றுதானே வாங்கித் தந்தேன்.

எட்டாவது படிக்கும்பொழுதே அவனுக்கு லேப்டாப் வாங்கிக் கொடுத்தேன்... எல்லோரும் திட்டினாலும்

நான் சிரித்துக்கொண்டே அவன் நல்லா வருவான் என்று எண்ணினேன். எப்பொழுது பார்த்தாலும் அவன் ப்ளே ஸ்டேஷனில் விளையாடிக்கொண்டே இருக்கிறான் என்கிற அவளின் பேச்சை நான்தான் தட்டிக் கழித்து இக்காலத்துப் பசங்க அப்படித்தாண்டி... என்று வக்காலத்து வாங்கினேன்.

அரேபி சிறார்போல் அவனும் லேப்டாப்பில் விரல்களை நகர்த்துவதைப் பார்த்துக்கொண்டே நின்ற தருணங்கள் இப்பொழுதும் என் கண்களில் பசுமையாக இருக்கின்றன. ப்ளே ஸ்டேஷனில் அவன் வேகமாக அரேபி பையன்களைப்போல கார் ஓட்டுவதைப் பார்த்தபோது இவன் காலேஜில் சேருவதற்குள் இந்தியாவில் கார் வாங்கிவிட வேண்டும் என்ற ஆசை வந்தது. செருப்பில்லாமல் நான் சிறு வயதில் நடந்து திரிந்ததுபோல் இவன் ஆகிவிடக்கூடாதென்று ஆசைப்பட்டேன். இவன் படித்து, காரில் ஆஃபீசுக்குப் போவதைக் கண்கொண்டு பார்க்க ஆசைப்பட்டேன். ஆனால் அன்றவன் எனக்கெதிரே நின்று பேச ஆரம்பித்தான்.

அப்பொழுது அவன் ஒன்பதாவது படித்துக்கொண்டிருந்தான். நான் மூன்று மாத விடுமுறைக்காக ஊருக்குப் போயிருந்தேன். ஸ்கூல் முடித்து அவன் வருவான், கட்டி அணைத்துக்கொண்டு கொஞ்சுவோம் என்று காத்திருந்தேன். அவன் வந்தான். என்னைப் பார்த்துச் சிரித்து, நேராக அவன் அறைக்குப் போய்த் தாழ்ப்பாளிட்டுக்கொண்டான். அப்பொழுதுதான் அவள் சொன்னாள், 'இதுதான் இந்த இரண்டு வருடங்களாக நடந்துகொண்டிருப்பது' என்று. நான் திகைத்து நின்றேன். எவ்வளவு தட்டியும் அவன் கதவைத் திறக்கவே இல்லை. பத்துப் பதினைந்து நிமிடங்கள் கழித்துத்தான் திறந்தான். எனக்குக் கோபம் கொதித்துக்கொண்டிருந்தது. உள்ளே போய்ப் பார்த்தேன், அவன் லேப்டாப்புக்கு ப்ளே ஸ்டேஷனை சேர்த்துக்கொண்டு விளையாடிக் கொண்டிருந்தான். "மூன்று வருடங்கள் கழித்து உங்க வாப்பா வந்திருக்கிறதும் பார்க்காமல் இப்படி ஏண்டா செய்றே?" என்று அவளும் என் உம்மாவும் கேட்டார்கள். அவன் கத்தினான்: "எல்லாரும் வெளியில் போங்க..."

என்னை அவன் தலைநிமிர்ந்தும் பார்க்கவில்லை. அவனுடைய சட்டையைப் பிடித்து அவள் இழுத்தாள். அவன் அவளைத் தள்ளினான். "போடி வெளியலே" என்று கத்தினான். எனக்கு கோபம் நெற்றிக்கேறி படார் என்று ஓங்கி அவனை

அறைந்தேன். "வாடா, வெளியில" என்று இழுத்தேன். அவன் என்னையும் தள்ளி, "போடா நாயே" என்றான். எனக்குச் சித்தம் கலைந்து அவனைத் தாக்கினேன். என்னை ஓங்கி அறைந்து அவன் நழுவிக்கொண்டு அடுக்களைக்கு ஓடிப்போய் இரண்டு கத்திகளை எடுத்துக்கொண்டு என்னை நோக்கி ஓடி வந்தான். "குத்திருவேன் பாத்துக்கோ... போயிரு...ங்கோத்தா..." என்று சொல்லிக்கொண்டு அவன் அறைக்குப் போனான். அவளும், என் உம்மாவும் தலையில் அடித்துக்கொண்டு அழுதார்கள். உம்மா கதறிக்கொண்டிருந்தார்: "நீ செய்த சேட்டையை மீறுராண்டா உம்மவெ..." என்று.

கத்தியைப் பிடித்தவாறு அவன் போவதையே நான் பார்த்துக்கொண்டு நின்றேன். கோபம் என் கண்களில் கண்ணீராய்ப் பீறிட்டு ஓடியது. சிறிது நேரம் கழித்து நான் கதவை உடைத்து அவனை வெளியில் இழுத்துப்போட்டு எல்லோரும் சேர்ந்து அடித்தோம். அவன் வலியால் கத்துவதை என்னால் தாங்கமுடியவில்லை. அவன் பிஞ்சு உடம்பு படும் வேதனையை என்னால் சகிக்க முடியவில்லை. அவனை விட்டுவிட்டுக் கீழே விழுந்தேன். அழுகையை என்னால் அடக்க முடியவில்லை. அவன் கண்களில் கண்ட அந்த நெருப்பை நினைத்து நினைத்து என் மனம் ஆறவே இல்லை. அவனை என் உம்மா சமாதானம் செய்து உட்காரவைத்தார். நான் சுவரில் தலையில் மோதிக்கொண்டு கத்தினேன். சுவர்களை இடித்துப்போட்டு எங்கேயாவது ஓடிவிடலாமா என்று தத்தளித்தேன்.

இந்தச் சம்பவம் நடந்த மறுநாளே அவனை மதரசாவில் சேர்த்தேன். புனிதக் குரான் அவனைக் கட்டுப்படுத்தியது. ஆனால் +2வோடு படிப்பை நிறுத்திவிட்டான். ஸ்கூல் விடுவித்து இளையான்குடியில் இருக்கும் சொந்தக்காரரின் சூப்பர் மார்கட்டில் சேர்த்தேன்.

அங்கு இரண்டு வருஷங்கள் வேலை பார்த்த பிறகு "நான் மலேசியா போகிறேன்" என்று தன் உம்மாவிடம் கூறினானாம். அவள் எனக்கு ஃபோனில் சொன்னாள். எனக்கும் அது சரியாகப்பட்டது. ஆனால், மலேசியாவுக்கு அனுப்ப அல்ல, பதிலாக இங்கு சவுதிக்கு அவனைக் கொண்டுவர. இங்குதான் அவன் திருந்த வாய்ப்புள்ளது. இங்கு வந்தால் அவன் நல்ல முறையில் வருவான் என்று எண்ணி அவனை இங்கு கொண்டுவந்தேன். செலவு செய்யும் அவன் பழக்கம்

இங்கு ஒரு கட்டுப்பாட்டுக்குள் வரும் என்றே எண்ணினேன். ஊரில் அவன் சகவாசம் சரியில்லை என்று அவனை இங்கு கொண்டுவந்தால், இங்கும் கயவர்களுடன் கூட்டுச் சேர்ந்து குட்டிச்சுவராய்ப்போனான்.

எல்லாம் அந்த மார்த்தாண்ட மூதேவி சந்திரனால்தான். அவனுக்குச் சம்பவித்திருக்கக் கூடாதா இப்படி? பாவம், ஒன்றும் அறியாத மகேசனுக்குச் சம்பவித்துள்ளது. அவனுக்கு நான் எவ்வளவு தொந்தரவு தந்துள்ளேன்... அந்த மைக்கேலுடன் இருக்கும் காரணத்தினால், அவனுக்கும் நான் தொந்தரவு கொடுத்தேன். பாவம்... சின்னப் பயல்... சைத்தானாகிய மைக்கேலுடன் இருக்கும் காரணத்தால்தான் அவனுக்கும் அப்படி நேர்ந்துள்ளது. அதை நினைத்தால் பயங்கரமாகச் சிரிப்புதான் வருகிறது... இப்படியும் நிகழுமா என்ன? அல்லது அவனும் மைக்கேலும் சேர்ந்து என்னுடன் விளையாடுகிறார்களா? ஆம்... விளையாட்டுத்தான்... இதில் ஏதோ சூழ்ச்சி இருக்கிறது. என்னவென்றுதான் புரியவில்லை... நேரடியாகப் போய்ப் பார்த்துவிட்டு வருவோமா!? ச்சே... அந்த அசிங்கத்தைப் போய்ப் பார்ப்பதா? யா அல்லா..! சிரிப்பு தாங்க முடியவில்லை.

*

இமைக்கா வெயில்

ஒபைத் இபின் அஹ்மத் இபின் ஜாசிம் அல் ஜிகரிம் அல் சொதரி பாலைவனத்தில் டொயொடா லேண்ட் க்ரூஸரில் போய்க்கொண்டிருக்கும் பொழுதுதான் அந்த அழைப்பு வந்தது. தீவிர மன அழுத்தத்திலிருந்த ஒபைத் இபின் அஹ்மத்தை அந்த அழைப்பு சிறிதளவுக்கு இலேசாக்கி அவரை வாய்விட்டுச் சிரிக்க வைத்தது; காரிலிருந்து இறங்கி நிலத்தைப் பார்த்ததும் வானத்தை அண்ணாந்து நோக்கியும் நிற்காமல் சிரிக்க வைத்தது.

இப்படியும் நடக்குமா என்ன? அஸ்மர் அரபிக்கு இது நடக்கவேண்டியதுதான். காலம் மாறிப்போச்சுன்னா எல்லாமே மாறிப்போய்விடுமா

என்ன? ஆட்கள் எங்கெங்கு இருக்கணுமோ அங்கேதான் இருக்கணும். காலங்காலமாக இருந்து வரும் வழக்கங்கள் புதிய உலகத்தின் சட்டங்களால் மாறிவிடுமா என்ன? எவ்வளவு திமிர் இருந்திருந்தால் ஒரு வெள்ளைப் பெண்ணை மணமுடித்திருப்பான்? அதுக்குத்தான் இப்படி நேர்ந்திருக்கிறது... யா அல்லா... சிரிப்பைத் தாங்க முடியவில்லையே... கறுப்பனுக்கு ஆக வேண்டியதுதான்... ஆகட்டும்... நல்லா ஆகட்டும்... நான் எவ்வளவு வலியடைந்திருப்பேன், அன்று... கபீலா எதிரில் தலைகுனியும் அளவுக்கு செய்துவிட்டான். எல்லோரும் நக்கலாய் பேசுமாறு செய்துவிட்டான்... இப்போ... அனுபவி... கல்ப்...

எழுபது வருட வயசான ஒபைத் இபின் அஹ்மத் அல் சொதரி சிரிப்பு தரும் சலிப்பைத் தாங்கமுடியாமல் அப்படியே காரின் சக்கரங்களின் மீது முதுகைச் சாய்த்துக் கால்களை நீட்டி மணல் மேல் உட்கார்ந்தார். அவர் கண்களுக்குள் கண்ணீர் நிரம்பி நின்றது. கண்களை மூடிச் சிரித்துக்கொண்டே இருந்தார்.

அந்த அழைப்பு வரும்முன் அவர் நொறுங்கிப்போயிருந்தார். மன அழுத்தத்தால் உடைந்துபோயிருந்தார். காணாமல்போன தன் மகனைத் தேடிப் பாலைவனத்தில் அலைந்துகொண்டிருந்தார். அவன் ஈராக் எல்லையில் இருந்தான் என்று அவனைத் தேடிக்கொண்டு வந்திருந்தார்.

அவருடைய மூன்றாம் மனைவிக்குப் பிறந்த இப்ராகிம் பின் ஒபைத் என்கிற பதினெட்டு வருட வயதான இவருடைய மகன் ஒரு வாரமாகக் காணாமல் போய்விட்டான். அவனைத் தேடி ஊரூராய் அலைந்துகொண்டிருந்தார். அவனைக் கடைசியாகப் பார்த்தது 2013, நவம்பர் 22, வெள்ளிக்கிழமை. அன்று தொழுகைக்காக ஜும்மா மசூதிக்குச் சென்றவன் வீடு திரும்பவில்லை. இரவு ஆனாலும் மகன் வராதது அவருக்குச் சிறிய பயத்தை ஏற்படுத்தியது. சில வருடங்களாக அவன் மாறியிருந்ததை அவர் கவனித்திருந்தார். மதத்தின் மேல் மிகவும் ஆர்வம் கொண்டிருந்ததைப் பார்த்து அவர் முதலில் சந்தோஷப்பட்டார். மதம் சொல்லும் அறத்தின்படி அவன் வாழ்வது அவருக்குப் பெரும் நிம்மதியைக் கொடுத்திருந்தது. ஏனெனில், அவன் சிறிய வயதில் பட்ட மன உளைச்சல் காரணமாக எங்கு வழிதவறிப் போவானோ என்று பயந்திருந்தார்.

தன் மகன் அறிவுக்கூர்மையுடன் வளர்கிறான் என்று பெருமைப்பட்டுக்கொண்டிருந்த அவர் மகனால்

அவதிப்பட ஆரம்பித்தது கடைசி ஆறு வருடங்களில்தான். இப்ராகிம் அப்பொழுது முதவஸ்ஸத்தின் முதல் ஆண்டில் படித்துக்கொண்டிருந்தான். படிப்பில் நல்ல கெட்டிக்காரனாகவும் விளையாட்டில் முதல் ஆளாகவும் திகழ்ந்துகொண்டிருந்த அவனை உடன் மாணவர்கள் சதா வம்புக்கு இழுத்துக்கொண்டே இருந்தார்கள். அவனுடைய வகுப்புத் தோழர்கள், பள்ளியின் சில மாணவர்கள், அவனோடு கால்பந்து விளையாடுபவர்கள் என்று அவனைச் சீண்ட ஒரு கூட்டமே அலைந்துகொண்டிருந்தது. அவன் முகத்துக்கு எதிரில் வந்து "நீ ஒரு மஸ்ரி. எகிப்துக்காரிக்குப் பிறந்தவன்... சவுதி இல்லை" என்றோ அல்லது, "நீ பதூவீ இல்லை, உன் பாபா ஒரு ஹதரி... ஈராக்கிலிருந்து வந்து பொய் சொல்லி பதூவி ஆனவனின் மகன் நீ" என்று கூவி அவனைத் துன்புறுத்திக்கொண்டே இருந்தனர். அம்மாதிரியான பேச்சுகளைத் தாங்கமுடியாமல் அவர்களை இப்ராகிம் தாக்கியும் உள்ளான். அவர்கள் அனைவரும் சேர்ந்து இவனைப் புரட்டியெடுத்த சம்பவங்களும் உண்டு. அப்போதெல்லாம் இப்ராகிம் அழுதுகொண்டு, "நீ ஏம்பா ஒரு எகிப்துக்கார அம்மாவை கல்யாணம் பண்ண..? சவுதி பெண்ணைப் பண்ணியிருந்தா இந்தத் தொல்லைய நான் அனுபவிச்சிருக்க மாட்டேன்..." என்று அவர் மடியில் படுத்து அழுதிருந்தான். ஔைத் இபின் அஹ்மத் மகனை சமாதானப்படுத்திக்கொண்டே யோசித்திருந்தார், இந்தச் சிறுவர்களுக்குத் தன் விவரங்கள் எவ்வாறு தெரிகின்றன என்று.

எகிப்தைச் சேர்ந்த பெண் ஒருத்தியைத் திருமணம் செய்துகொண்ட சங்கதி வேண்டுமானால் இந்தப் பயபுள்ளைகளுக்குத் தெரியக்கூடும் என்று வைத்துக்கொள்வோம்... ஆனால் என் தந்தை போர் சமயத்தில் ஈராக்கிலிருந்து சவுதிக்கு வந்து இந்த ஊரின் பதூவீகளிடம் 'நாங்களும் உங்களின் கபீலாவைச் சேர்ந்தவர்கள்தான்' என்று கூறி அதை உறுதிப்படுத்தப் பல விவரங்களைக் கூறி விளக்கப்படுத்தித் தம் குடும்பமும் அல் ஜிகரிம் கபீலாவைச் சேர்ந்தது என்று எழுதி வாங்கிய சங்கதி இந்தப் பிள்ளைகளுக்கு எவ்வாறு தெரியவந்தது? இந்த கபீலாவில் சிலர் இன்னமும் என்னை ஏற்றுக்கொள்ளாமல் என் பாட்டன் பெயரைப் பார்த்து ஹதரி என்றே சொல்கிறார்கள். ஜாசிம் என்கிற பெயர் அல் ஈராக்கில் பொதுவாக வைக்கும் பெயர். இங்கு அந்தப் பெயரை ஹதரிகள்

மட்டும்தான் வைப்பார்கள் என்றால் நான் என்ன செய்ய? எங்க பாட்டன், முப்பாட்டன் காலத்தில் இந்த ஊரை விட்டு அல் ஈராக்கிற்கு குடி பெயர்ந்துள்ளோம். அதற்காக விளக்கத்தையும் விவரங்களையும் சொல்லியிருக்கோமே, அதை நம்பித்தானே இந்த கபீலாவின் ஷேய்க் ஒப்புகைக் கடிதம் கொடுத்தார். பின் ஏன் சிலருக்கு இனியும் சந்தேகம்? அன்று பெரிய விருந்து கொடுத்தும் வெடி வைத்தும் கொண்டாடித் தம்மை இணைத்துக்கொண்டார்களே!? எங்கப்பா ஒரு செல்வந்தர் என்றா? கத்தைகத்தையாகப் பணம் கொண்டுவந்து நிலம் வாங்கி, பெரிய வீடு கட்டியதற்காகவா? ரியாத் ஜெத்தா தம்மாம்களில் அவருக்கு மிகுந்த செல்வாக்கு இருந்தது என்பதற்காகவா? எனக்கும் என் சகோதர சகோதரிகளுக்கும் பெண் கொடுக்க/ எடுக்கச் சிலர் தயக்கம் காட்டியது இன்னமும் எனக்கு நினைவில் இருக்கிறது.

ஹதரியில் சம்பந்தம் எடுக்க என் தந்தை முற்பட்ட போதுதான் சிலர் முன்வந்து பெண் கொடுத்தார்கள். எனக்கும் என் தம்பிக்கும் எங்கள் அப்பா கர்ஜ் சென்று அங்கிருந்து பெண் எடுத்துவந்த பிறகுதான் இவர்கள் முழுமையாக முன்வந்தனர். என் அப்பா இருந்தபோதே நான் இரண்டு திருமணம் செய்துகொண்டிருந்தேன். அவர் இறப்பிற்குப் பிறகு மற்றொரு திருமணம் செய்துகொள்ளலாம் என்ற எண்ணத்தை யாரும் மதிக்கப்போவதில்லை என்று தெரியவந்ததால்தான் நான் எகிப்து சென்று திருமணம் செய்துகொண்டு வந்தேன். நான்கு மனைவிகளைக் கொண்டு நானும் ஒரு வலிமையான ஆண் மகன்தான் என்று இவர்கள் எதிரில் நிற்க வேண்டாமா? அதற்காகத்தான் ஹிந்த் சென்று ஹைதாராபாத்திலிருந்து நான்காம் மனைவியாக ஒருத்தியை இரண்டு மாதங்கள் முன்பு கட்டிக்கொண்டு வந்தேன். மஸ்ரிக்குப் பிறந்த இவனையே இப்படித் தாக்குகிறார்கள் என்றால் அந்த ஹிந்திக்குப் பிறக்கவிருக்கும் குழந்தையை என்ன செய்வார்களோ? ஆம்... அந்த சங்கதியைப் பற்றி யாரும் ஒன்றும் கூறவில்லையா என்ன? ஒரு கறுப்பன் எகிப்து சென்று, நான் திருமணம் செய்துகொண்டு வந்த வீட்டிலிருந்தே திருமணம் செய்துகொண்டு வந்த சங்கதி? அது தெரிந்திருந்தால், இவனை அவர்கள் எவ்வளவு துன்புறுத்தியிருப்பார்களோ? என் மனைவியின் தங்கையை ஒரு கறுப்பன் கட்டிக்கொண்டு வந்தால் நானும் அவனும்

உறவினர்களாகிவிட மாட்டோமா!? அதற்காகத்தான் அந்தக் கறுப்பனை பயமுறுத்தி தலாக் செய்ய வைத்தேன். அவன் பின்னால் அந்த அல் சகர் கபீலாவின் சிலர் நின்று என்னுடன் மோதப்பார்த்தார்கள். ஆனால் நான் விடவில்லையே... என் வாஸ்தாவை செல்வாக்கை வைத்து அந்தக் கறுப்பனையே தலாக் கொடுக்கவைத்தேன். அந்தக் கறுப்பன் திருமண விவாதம் எப்படியோ இவனுக்குத் தெரியவில்லை. என் தந்தை சில சங்கதிகளை என்னிடமிருந்து மறைத்துவைத்ததுபோல் நானும் மனதிற்குள் சுவர்கள் எழுப்பி இம்மாதிரியான சங்கதிகளுக்குப் பூட்டுப்போட்டு அதன் சாவியைக் கபரில் புதைத்துவிட வேண்டும்.

ஒபைத் இபின் அஹ்மத் இபின் ஜாசிம் அல் ஜிகரிம் அல் சொதரி அன்று இப்படித்தான் சமாதானப்படுத்திக்கொண்டிருந்தார். ரியாத்தில் ஒரு வீடு கட்டி மகனையும் அவன் அம்மாவையும் அங்கேயே வசிக்கவிட்டார். அதற்காக மற்ற மனைவிகளோடு அவர் மல்லுக்கட்ட வேண்டியிருந்தது மற்றொரு கதை. மாதத்தில் இரண்டு முறை ரியாத் சென்று தன் மூன்றாம் மனைவியுடனும் குழந்தைகளுடனும் வசித்துக்கொண்டிருந்தார். இப்ராகிம்மை ரியாத்தில் நல்ல பள்ளியில் சேர்த்திருந்தார். அதற்காகவும் மற்ற மனைவிகள் சண்டையிட்டனர்.

எப்படியோ எல்லாவற்றையும் சமாளித்துக் கொண்டு இருக்கையில்தான் இது நேர்ந்தது. வயதுக்கு வந்த மகன் காணாமல்போனான். வெள்ளிகிழமை தொழுகை முடித்து அவன் வீடு திரும்பவில்லை. ரியாத் ஒரு பெரிய நகரம் என்றதால் அவனை எங்கு தேடுவது என்று புரியாமல் உறவினர்களை, அவன் தோழர்களைத் தொடர்புகொண்டார். எங்கும் அவன் கிடைக்கவில்லை. ஆனால் துபாய் போயிருந்த அவனுடைய ஒரு தோழன் திரும்பி வந்தபோதுதான் அவருக்கு எல்லாம் விளங்கியது. அவர் மகன் சென்றுகொண்டிருக்கும் பாதையின் முடிச்சுகள் அவிழ்க்கப்பட்டன. தன் மகன் மதம் சொல்லும் பாதையில் நேராகச் சென்றுகொண்டிருக்கிறான் என்று, தான் மூடத்தனமாக நம்பியிருக்கிறோம் என்பது அவருக்கு அப்போதுதான் புரிய வந்தது.

அவர் மகனுக்கு அவ்வப்போது கைபேசியில் வந்துகொண்டிருந்த அழைப்புகளைப் பற்றிக் கேட்டு அதிர்ந்து போனார். 'இந்த உலகத்தை மீண்டும் நாம் கைப்பற்றுவோம்...

வாருங்கள் இளைஞரே... சிரியா, ஈராக்குகளில் நம் இனத்தோரைக் கொல்கிறார்கள்... நம் மதத்தைக் காப்பாறும் பொறுப்பு இளைஞரான உங்கள் கைகளில்தான் இருக்கிறது...' என்கிற அழைப்பு அவன் மனதைக் கவர்ந்து, வீட்டை விட்டுப்போய் பயங்கரவாத அமைப்புகளுடன் சேர்ந்துகொள்ள அவனைத் தூண்டியுள்ளது என்கிற செய்தி அவரைப் பீதியடையச் செய்தது. அவ்வப்போது இப்ராகிம் கூறிவந்த மதம் சார்ந்த பேச்சுகளின் பொருள் அவருக்கு இப்பொழுதுதான் புரிந்தது. அதுவரை அவர் தன் மகன் மதம் சொல்லும் நல்வழியில் சென்றுகொண்டிருக்கிறான் என்றே நம்பியிருந்தார். ஆனால் 'அவன் இப்படி மதத்திற்கு எதிரான செயல்களுக்குப் போய்விட்டானே? மதத்தை சரியாகப் புரிந்துகொள்ளாமல் இப்படி வாழ்க்கையைப் பாழாக்கிக்கொண்டானே' என்று தன் மனைவியிடம் புலம்பிக்கொண்டே நீ அவனைச் சரியாக வளர்க்கவில்லை என்று சத்தமிட்டு அவனைத் தேடிப் போனார்.

தன் பிள்ளைகளிலே அவனைத்தான் அவர் மிகவும் விரும்பியிருந்தார். பதூவீ அல்லாத பெண்ணுக்குப் பிறந்தவன் என்று தன் தோழர்களால் மட்டுமல்லாமல் தன் குடும்பத்திலும் தள்ளிவைக்கப்பட்ட அவனை ரொமபவும் நேசித்திருந்தார். அவனுக்காக விலை மிகுந்த கார் ஒன்றையும் வாங்கிக் கொடுத்திருந்தார். ஆனால் மகன் இப்படி பயங்கரவாத அமைப்புகளுடன் சேருவான் என்று அவர் கனவிலும் எண்ணியிருக்கவில்லை. படிப்பு முடித்தவுடன் ஒரு பெரிய அரசாங்க வேலையில் அவனைச் சேர்க்க வேண்டும் என்று விரும்பியிருந்தார். பெயரிலே இவன் பதூவீயா, ஹதரியா என்று தெரிய அவகாசம் கொடுக்காதவாறு பெயரை அவனுக்குச் சூட்டியிருந்தார்.

நம் மதம் மனிதரை வேறுபாடுகளால் பிரிக்காது, அனைவரும் ஒன்றுதான் என்று அவனுக்குச் சொல்லிக்கொடுத்துமிருந்தார். ஐந்து வேளையும் தொழுகைக்கு அவனை அழைத்துச் சென்று மதத்தின் எல்லா விதிமுறைகளையும் நன்றாகச் சொல்லிக்கொடுத்து, மதராசாவில் சேர்த்து மதக்கல்வியைக் கொடுக்க வைத்திருந்தார். அன்றெல்லாம் அவருக்கு இப்படியொரு சந்தர்ப்பம் எதிராகும் என்று எண்ணியிருக்கவில்லை. அவனைப் பார்க்க மாதத்தில் இரண்டு முறை தவறாமல் ரியாத் சென்றுகொண்டிருந்தார். அவனைப் பார்த்தால் தன்னைப் பார்ப்பதுபோலவே

உணர்ந்தார். தன் மற்ற மக்கள் இவ்வாறே அவனைச் சேராமல் இருந்தால் அவனுக்குத்தான் சொத்தில் அதிகப் பங்கை கொடுக்க வேண்டும் என்றும் முடிவெடுத்திருந்தார். நஷ்டத்தில் ஓடும் தன்னுடைய வணிகங்களை விற்று ரியாத்திலோ அல்லது ஜித்தாவிலோ மனைகளை வாங்கி வீடு கட்டி, வாடகைக்கு விட வேண்டுமென்றும் அதை நிர்வாகம் செய்ய அவனை நியமிக்கவும் யோசித்திருந்தார். நன்றாகப் படித்தால் அவனை அமெரிக்காவிற்கோ அல்லது இங்கிலாந்திற்கோ அனுப்பி மேற்படிப்பு படிக்க வைக்கவும் உத்தேசித்திருந்தார்.

இவ்வாறு நான் யோசித்திருந்தால் அவன் தன்னைத் தானே கொன்றுகொள்ளப் போய்விட்டானே என்று அவர் அழுதுகொண்டிருக்கையில்தான் ஈராக்கை நோக்கி அவன் சென்றுகொண்டிருக்கிறான் என்று அவருக்கு யாரோ கூறினார்கள். மன அழுத்தத்தில் அந்தப் பாதையில் இவர் அவனைத் தேடிக்கொண்டிருக்கையில்தான் அஸ்மர் அரபி பதர் மொஹம்மத்தின் அழைப்பு வந்திருந்தது.

அவருடைய மன அழுத்தத்தின் படிமங்களை அது சிறிது குறைத்தது. அவரை மனம் விட்டுச் சிரிக்கவைத்தது. கண்களில் ததும்பி நின்றிருந்த நீர் அனைத்தையும் மிதக்க வைத்திருந்தது. சிரிப்பின் இறுக்கத்தில் இருக்கையில் அவர் முன்னால் வந்த சகர் என்கிற பாலைவனக் கழுகொன்று அவர் மனதை அலேக்காகக் கொத்திக்கொண்டு வானின் உச்சிக்குச் சென்று அலாதியாக அலைந்துகொண்டு திடீரென்று அவரைக் கைவிட்டது. தரையில் விழுந்து அவர் பதறியடியபடி தொலைபேசியில் சீரான வேகத்தில் இவ்வாறு பேசிக்கொண்டிருந்தார்:

“ஸூஃப் யா மொஹம்மத்... தகீக... தகீக... என் மகனை நீங்களே அழைத்துப் போங்கள். வேண்டாம் என்று சொல்லவில்லை... நான் சொன்னால் நீங்கள் அவனை விடுவதாக இல்லை... ஆனால் நான் சொல்வதைக் கேளுங்கள். கேட்ட பிறகு நீங்கள் சிரிப்பீர்கள். அதைச் சத்தமாக அங்கிருக்கும் எல்லோருக்கும் கேட்கும்படி உரத்த குரலில் சொல்லுங்கள். உங்கள் அனைவரையும் சிரிக்கவைத்து நான் இதோடு திரும்பிப் போய்விடுகிறேன். என்ன? உங்க கைபேசி எண் எப்படிக் கிடைத்தது என்றா? நீங்கள்தான் என்னை அழைத்துப் புனிதப் போருக்கு வாருங்கள் என்று சொன்னது. நானும் கண்டிப்பாக

வருகிறேன். ஆனால் நான் சொல்லவிருப்பதைத் தயவுசெய்து கேளுங்கள். உறைந்து நிற்கும் நீங்கள் மனம் தளர்த்திச் சிரிப்பீர்கள். உடனே என்னைத் தேடிக்கொண்டு வருவீர்கள். வல்லாஹி... சரி, சொல்கிறேன். ஸ்பீக்கரில் போடுங்கள். அங்கிருக்கும் அனைவரும் கேட்கட்டும்... என் நண்பனொருவனுக்கு ஓர் அழைப்பு வந்ததாம்... அதை அவன் கேட்டுச் சிரித்த சற்று நொடிகளில் அவனுக்கும் அது சம்பவித்தது. அவன் என்னை அழைத்து அதைச் சொன்னான். நானும் சிரித்தேன். பிறகு என்ன ஆயிற்று தெரியுமா? கேளுங்கள் நண்பரே... என் மகன் அங்கிருந்தால் கொஞ்சம் அவனை அனுப்பிவிடுங்கள். அவன் எதிரில் இதைக் கூற எனக்குக் கூச்சமாக இருக்கிறது. ம்? போய்விட்டானா..? இப்ராஹிம்... இந்த மௌஜூத் யா ரஜ்ஜால்? அவன் அங்கு இல்லையா... நிஜமாக..? அப்படியெனில் சொல்கிறேன் கேளுங்கள் போராளிகளே... ஒரு கறுப்பன், பதர் மொஹம்மத் என்று அவன் பெயர்... அவனை நான் துன்பறுத்திவிட்டேன்... அது வேறு கதை, அது வேண்டாம் இப்பொழுது... இதைக் கேளுங்கள். அவனுக்கு ஒரு கைபேசி அழைப்பு வந்திருக்கிறது. பிறகு என்ன ஆயிற்று தெரியுமா..? சிரிக்காமல் கேளுங்கள்... இது ஆரம்பமானது அப்துல்லா அல்லது மகேசன் என்கிற ஒரு இந்தியனிடமிருந்தாம்..!'

*

மழைச்சுவர்கள்

அந்தச் சம்பவம் நடக்கும் ஒரு நாள் முன்பு மகேசன் கூறிய சங்கதியை நினைத்தவாறே சிரிக்க முயன்றான். வற்றிப்போயிருந்த நீர் மெதுவாக அவன் கண்களுக்குள் திரும்பி வந்து அவன் உதடுகளை விரித்தன.

நெஞ்சைக் குலுக்கிக்கொண்டு மைக்கேல் ஜெ.பசலோனி சத்தமாகச் சிரித்தான். அவன் கண்களுக்குள் நீர் தேங்கி நின்றது.

இந்தியாவில் யாருக்கு அந்தச் சங்கதியைக் கூறுவது என்று குழம்பிக்கொண்டே கைபேசியை எடுத்தான். வெளியில் ஒபார் என்று அரபியில் அழைக்கப்படும் மணல் காற்று பாலைவனத்திலிருந்து ஊரை நோக்கி அடர்த்தியாய் வந்துகொண்டிருந்தது.

இரவு முழுவதும் உறங்காமல் தொலைக் காட்சியையே பார்த்துக்கொண்டிருந்த அவனுக்கு அந்தச் சிரிப்பு சலிப்பைத் தந்த காரணத்தினாலோ என்னவோ தொலைபேசியையும் அவனால் பிடிக்க முடியவில்லை. அதன் திரை மங்கலாகத் தெரிந்தது. கண்களைத் தேய்த்துக்கொண்டும் பார்த்தான். அப்பொழுதும் மங்கலாகத் தான் தெரிந்தது. அதைப் பக்கத்தில் வைத்து கண்களை மூடிப் பெருமூச்சுவிட்டான்.

ஆறுதலுக்காக நேற்று இரவு கொஞ்ச நேரம் பாலை வனத்துக்குச் சென்றும் இருந்தான். மணற்குன்றொன்றின் மேல் அமர்ந்திருந்தபோது அங்கு படர்ந்திருந்த நிலவின் பால் நாற்றம் அவனை அங்கிருந்தும் துரத்தியடித்திருந்தது. திட்டுத்திட்டாய் சூழ்ந்திருந்த மணற்குன்றுகளின் நுனியில் வழிந்துகொண்டிருந்த அந்த நிலவுப் பால் அவன் மனதைக் கசக்கித் திரும்பி அறைக்கே அவனை ஓட்டியிருந்தது. தொலைக்காட்சியில் மலையாளப் படங்களைப் பார்த்துக்கொண்டு இரவைக் கடந்த அவனுக்கு இப்பொழுது நிலவின் நாற்றம் மீண்டும் தொற்றிக்கொண்டது; நாசியில் அது புகுந்து அவனைத் திகைப்பூட்டியது. திடுக்கிட்டு கண்களைத் திறந்தான். அறை முழுவதும் அந்த வெள்ளை நாற்றம் ததும்பி மிதப்பதுபோல் தோன்றி அங்கிருந்தும் ஓடிவிடலாமா என்று அவனுக்குத் தோன்றியது. மெதுவாக அந்நாற்றம் அவனுக்கு ஒட்டகப் பாலாய் மாறியது. கண்ணில் வெளிச்சம் தோன்றியது. அவ்வெளிச்சத்தில் அவனுடைய கியாரேஜ் தொழிலாளி மகேசன் மெதுவாக விரிந்தான். அவன் கூறியது நினைவுக்கு வந்து மைக்கேல் ஜெ.பசலோனி மீண்டும் சிரிக்கத் தொடங்கினான். இந்தியாவில் யாருக்காவது ஃபோன் போட்டு அவன் கூறியதைச் சொல்லியே ஆக வேண்டும் என்று எண்ணினான்.

'யாருக்குக் கூறுவது? அவனுக்கு? ...ம்? வேண்டாம். ஹிட்லர் என்று எனக்கு பெயர் வைத்த அப்பாவுக்கு அல்லது அந்தப் பெயர் வேண்டாம் என்று மைக்கேல் ஜிட்லர் என்று பெயர் மாற்றிய பாதிரியாருக்கு? அவர்தானே ஊரை விட்டு நான்

இந்தப் பாலைவனத்திற்கு வரக் காரணமானவர்... அவருக்கே அழைப்போம். சிறிது நேரம் குழப்பமடைந்து சீர்குலையட்டும்.

பசலோனியின் தந்தைக்கு அடால்ஃப் ஹிட்லர் என்றால் ரொம்பவும் பிரியம். ஹிட்லர்போலவே மீசை விட்டுக்கொள்ளும் அவர் விருப்பம் ஊராரால் சிதைக்கப்பட்டுத் தன் மகனிலாவது அவரைக் காணுவோம் என்கிற அவருடைய மற்றொரு விருப்பமும் பாதிரியாரால் முறியடிக்கப்பட்டது. உலகமே வெறுக்கும் அந்தப் பெயரைச் சூட்டி இந்தக் குழந்தையை வாழ்நாள் முழுவதும் வதைக்காதே என்று கூறிய பாதிரியார் மைக்கேல் ஜோசப் என்று பெயர் சூட்டக் கட்டளையிட்டிருந்தார். ஆனால் பசலோனியின் தந்தை கெஞ்சிக் கூத்தாடிப் பாதியார் கூறிய பெயரின் இடையில் இரண்டாம் பெயராக ஜிட்லர் என்று சூட்டியிருந்தார். பள்ளியின் ஆவணங்களில் மைக்கேல் ஜிட்லர் என்று பதிவு செய்யப்பட்டது. இந்தப் பெயர் கொண்டே வளர்ந்த அவன் படிப்பைத் தொடர முடியாமல் கியரேஜ் சேர்ந்திருந்தான். நாள் போக்கில் குடியால் குடும்பத்தைக் குலுக்கியது மட்டுமல்லாமல் தனக்குப் பெயர் வைத்திருந்த பாதிரியாரையே அதிர வைத்திருந்தான். இவனுடைய பெத்தவன் கூறியதைப்போலவே ஹிட்லர் என்று பெயர் சூட்டியிருந்திருந்தால் திருச்சபையின் கட்டுப்பாட்டுக்குள் இருந்திருப்பானோ என்று பாதிரியார் யோசிக்குமளவிற்கு அவரை இவன் வாட்டியெடுத்திருந்தான்.

கார் கியரேஜொன்றில் சேர்ந்து தொழிலைக் கற்ற நான்கு வருடங்களில் கடன் வாங்கிச் சொந்தமாக கியரேஜ் ஆரம்பித்து வருமானம் நன்றாக வரத்தொடங்கிய நேரத்தில் செகண்ட் ஹேண்ட் கார் விற்பனை வியாபாரத்திற்குத் தாவிக் கையிலிருந்த கியரேஜையும் இழந்தான். கியரேஜுக்குத் தீ விழுந்து ரிப்பேருக்கு வந்திருந்த மூன்று இன்ஷ்யூரன்ஸ் இல்லாத பழைய கார்கள் எரிந்து அவற்றுக்கு இவன் நஷ்டஈடு கொடுக்க வேண்டிவந்தது. தன் துயரத்திற்கு யாரும் உதவி செய்யவில்லையென்றோ அல்லது கியரேஜுக்குத் தீ வைத்தவர்களே அவர்கள்தான் என்றோ தன் உறவினர்களோடு தன்னைத் துண்டித்துக்கொண்டான். அப்பொழுது அவன் மகளுக்கு நான்கு வயது. இரண்டு அறைகளுள்ள வீட்டிற்குள்ளேயே அவள் வளர்ந்து ஆறு வயது அடைந்தபோது இவன் குடி கும்மாளங்களோடு குடும்பம் நடத்த ஆரம்பித்திருந்தான். மனைவியின் தீராச் சச்சரவுகள் அவனை வீட்டைவிட்டுத் துரத்தி நான்கு ஏக்கர்

பரப்பளவில் விரிந்திருந்த ஸெய்ண்ட் ஜான்ஸ் தேவாலயத்தின் வளாகத்திற்குள் அனுப்பியிருந்தது. மாலை ஏழு மணிக்கு மேல் யாரும் தேவாலயத்தின் எல்லைக்குள் வரக்கூடாது என்கிற தேவாலயச் சட்டத்தை இவன் சுற்றுச்சுவர்களை எகிறிக் குதித்து மீறிக்கொண்டே இருந்தான். அந்த விசாலமான நிலப்பரப்பில் புதிதாகக் கட்டப்பட்டிருந்த ஆரம்பப் பள்ளியின் திண்ணைகள்தான் இவனுக்கு அன்று அடைக்கலம் தந்தவை. அங்கேயே குடிக்கவும் உண்ணவும் செய்துகொண்டிருந்த அவனை ஒரு நாள் பாதிரியார் பிடித்துவிட்டார்.

விரட்டியடித்த மறுநாளே மதில்களைத் தாண்டி அவன் அதே திண்ணையில் படுத்துக்கொண்டு அழுதபடி மது அருந்திக்கொண்டிருந்தான். பாதிரியார் கூச்சலிட்டதைக் கேட்ட மக்கள் தேவாலயத்தின் எல்லைகளைத் தாண்டி இவனைத் தாக்கித் துரத்தியிருந்தனர். திருச்சபையிலிருந்து இவனை வெளியேற்றம் செய்யவேண்டும் என்று பலர் வலியுறுத்தினர். சில நாட்கள் பார்ப்போம் என்கிற பாதிரியாரின் ஆசுவாசம் உறைந்துபோனது, மைக்கேல் ஜிட்லர் என்கிற சைத்தான் விலைமாதுக்களுடன் திருச்சபையின் முன் நிர்வாணமாகக் கண்ணாமூச்சி ஆடிக்கொண்டு அவர்களைப் புணர்ந்தபோதுதான். அந்தப் பெண்களின்மேல் சாராயத்தை ஊற்றி ஊளையிட்டுக்கொண்டு அவர்களின் மார்பகங்களை உறிஞ்சிக்கொண்டு நடனமாடியது ஊருக்குள் தீயை மூட்டியிருந்தது. பெற்றோரும் கட்டிக்கொண்ட மனைவியும் அவனைக் கைகழுவி சில வருடங்களே ஆகியிருந்த அந்த வேளையில் அவனுக்காக அழ யாரும் இருக்கவில்லை. ஆருயிர் நண்பன் அண்ணாமலை இறந்துபோயிருந்தான். சிறிது காலம் இவனோடு அன்பாய் இருந்த இயக்கமொன்றின் தோழர்களும் இவனை வெளியேற்றியிருந்தனர். எங்கு போவதென்று தெரியாமல் தவித்த அவன் ஏதோ ஒரு பேருந்தில் இறங்கியும் ஏறியும் கடைசியில் எர்ணாகுளம் போய்ச் சேர்ந்தான். நான்கு வருடங்கள் கேரளத்துக்குள் அங்கும் இங்கும் திரிந்து கடைசியில் திருவனந்தபுரத்தில் நிலைகொண்டு புதிய வாழ்க்கையைத் தொடங்கியிருந்தான். வாழ்க்கையில் முன்னேற வேண்டும் என்று முடிவெடுத்த சில நாட்களிலேயே வெளிநாடு போகவேண்டும் என்று தீவிரமாக முயற்சித்திருந்தான்.

மைக்கேல் ஜெ.பசலோனி என்று பெயர் கொண்ட கடவுச்சீட்டில் சவுதி அரேபியாவிற்கு வந்த அவனுக்கு

இத்தாலியைச் சேர்ந்த சினிமா மேதை பியர் பாவ்லோ பசலோனி அவனோடு ஒட்டிக்கொண்டு வருடங்கள் கடந்திருந்தன. இயக்கத் தோழர்களுடன் மதுரையில் ஒருமுறை பார்த்த புரியாத சினிமாக்களில் பசலோனியின் படைப்புகள் மறுநாளே அவன் பெயரை பசலோனி என்று மாற்றியிருந்தன. அந்தப் பெயர் கொண்டு கேரளத்துக் கரைகளில் சுற்றித் திரிந்து கடைசியில் திருவனந்தபுரத்தில் ஜேகப் வர்கீஸ் என்கிற முதலாளி ஒருவர் அளித்த ஊக்கத்தால் சவுதி வந்து சேர்ந்திருந்தான்.

ரியாத் நகரத்தின் பழைய ஸனய்யாவொன்றின் கார் கியரேஜில் சேர்ந்து இரவு பகல் என்று பார்க்காமல் உழைக்க ஆரம்பித்து மனைவிக்குக் காசு அனுப்பத் தொடங்கியிருந்தான். நான்கு வருடங்கள் கழித்து ஊருக்குப்போன சமயத்தில் வாழ்க்கை புதியதாகத் தெரிந்தது. ஆறு மாதங்கள் அங்கு தங்கியிருந்தாலும் தேவாலயப் பக்கமே போகாமல் கேரளத்து சைபு கூறியிருந்த பந்தாகோஸ் ஜபத்திற்குச் சேர்ந்திருந்தான். சவுதிக்குத் திரும்பி வந்த மூன்று மாதங்களிலேயே சொந்தமாக கியரேஜ் ஆரம்பிக்க முற்பட்டு ரியாத்தின் பத்தாவில் ராஜன் என்கிற மார்த்தாண்ட நபரின் சிநேகம் கிடைத்து சவுதி அரேபியாவின் நஜ்த் பாகத்தின் சுலய்யல் என்கிற இந்த ஊருக்கு வந்து பெருமூச்சுவிட்டிருந்தான். யார் மூலமாகவோ கியரேஜுக்கு வந்து சேர்ந்த மகேசன் என்கிற இளம் வயதுப் பையனுடனான தோழமை இவனுக்குப் புத்துணர்ச்சி கொடுத்திருந்தது. சொந்தத் தம்பியாக பாவித்து அவனைத் தன்னுடனே தங்கவைத்துக்கொண்டிருந்தான். நேற்று முன்தினம் அந்த மகேசன் ஒரு சங்கதியை இவனிடம் கூறி அதிசயச் சிரிப்பொன்றை இவனுக்குள் கொளுத்தியிருந்தான். இரவு முழுவதும் அது நிற்காமல் எரிந்துகொண்டிருந்ததின் விளைவோ என்னவோ மகேசன் கூறியதைப்போலவே மறுநாள் நிகழ்ந்து இவனை மொத்தமாக உலுக்கி எடுத்திருந்தது.

மகேசன் கூறிய அந்தச் சங்கதியைப் பாதிரியாருக்குக் கூறி அவரை தொந்தரவுபடுத்த நினைத்தவன் ஏனோ சிறிது நேரம் தாமதப்படுத்தினான். எப்படிக் கூறுவது என்று சொற்களைப் பின்னிக்கொண்டிருந்தான். காலேஜ் புரஃபசருக்குச் சொன்னதை மனதிற்குள் அசைபோட்டான். சிரிப்பு தொண்டையைக் கிழித்துக் கூச்சலிட்டது. கண்டிப்பாக அவர் தன் தோழர்களுக்குச் சொல்லியிருப்பார். அந்த ஈத்தரப்பயல் எகிப்து மருத்துவனுக்கும் செய்தி போயிருக்கும். அவன் சும்மாவா இருப்பான். தன்

பழைய நண்பர்களுக்குச் சொல்லியிருப்பான். வேட்டைக்குத் தன்னை அழைத்துக்கொண்டு போகாத சீற்றத்தை இதன் மூலம் அவர்களின் மேல் செலுத்தி சாந்தமடைந்திருப்பான். பிணந்தின்னி... ஒரொரு சமயம் அந்தக் காலேஜ் புரஃபசரை நினைத்தால் பாவம் எனத் தோன்றுகிறது. திருமணமாகிப் பத்துப் பதினைந்து வருஷங்கள் கடந்திருந்தாலும் அவருக்குக் குழந்தை பிறக்கவில்லை. அவரைக் கேலிசெய்து சிரித்திருக்கிறேன்... பாவம்... ஒட்டகப்பால் குடித்துப்பார்க்கச் சொல்வோமா!? நாள்தோறும் நானும் அதைக் குடிக்க வேண்டும். இதையெல்லாம் நம் பாதிரியாரிடம் சொல்ல வேண்டுமே! எவ்வாறு அதை ஆரம்பிப்பது?

அந்த நாளிலிருந்து தொடங்கவா? திருச்சபையின் வாசலில் பெண்களுடன் கூத்தாடி வெறுப்பேற்றியதை அவருக்கு நினைவுபடுத்தி மன்னிக்குமாறு கேட்டுக்கொள்வதைப்போல் தொடங்கிக் கடைசியில் மகேசன் சங்கதியை உடைப்போம். நான் செய்த அளவில்லாச் சேட்டைகளுக்குத்தான் கர்த்தர் எனக்கு இந்தத் தண்டனை தந்துள்ளார் என்று அழுவோம். அவர் கண்டிப்பாக நம்புவார்.

ஆமாம்... அன்று திருச்சபையின்முன் என்னுடன் கூத்தாடிய உல்லாசம் லாட்ஜில் இருந்த கேரளத்து ஷைனி எங்கு போனாள்? ஒருவேளை அவள் திருவனந்தபுரத்தைச் சேர்ந்தவளா? அவளுக்கும் மூன்று வயது மகள் இருந்தாள். ஓ! அவள் வளர்ந்து என் மகளுடன் தொடர்புக்கு வந்திருந்தால் என்ன செய்ய..? இல்லை... ஷைனி அங்கேயே தங்கியிருக்க வாய்ப்பில்லை. போன விடுமுறையில் அவளை நான் எங்குமே பார்க்கவில்லை. கண்டிப்பாக அவள் கேரளத்திற்கே திரும்பிப் போயிருக்கக்கூடும்.

ச்சீ... எப்படிப்பட்ட கேவலமான வாழ்க்கையை நான் வாழ்ந்திருக்கிறேன்! கடந்த காலத்தின் நினைவுகளிலிருந்து விடுவித்துக்கொள்ளாமல் வாழ முடிவதே இல்லையே! திரும்பி ஊருக்கே போய் நல்ல பெயர் எடுத்து வாழ்வோமா? பதிமூன்று வருடங்களாக இந்த சவுதி அரேபியாவில் வறண்டது போதும். அங்கு போய் மகேசன் சொன்ன சங்கதியைப் பரப்பி ஓர் ஆட்டம் ஆடி மக்களைக் கலகப்படுத்துவோமா? முதலில் அந்த எல்லாம் அறிந்த உத்தம மனிதருக்கு ஃபோன் போடுவோம்... என்னைத் தாக்கியவர்களையெல்லாம் அழைத்துச் சிரித்துக்கொண்டு

அவர் கதைகதையாகச் சொல்வார். ஒருவேளை அவர் என் அம்மாவிடம் போய் உங்க மகன் நாடு கடந்து போயும் என்னைத் தொந்தரவுபடுத்துகிறான் என்று கூறினால்? பாவம் அம்மா... ரொம்பவும் சீர்குலைந்திருப்பார். அவரைப் பார்க்க வேண்டும் போலிருக்கு. எவ்வளவு வருடங்கள் கடந்துவிட்டன நான் அவரை விட்டுவந்து... என் குழந்தைகளைப் பார்த்தால் கண்டிப்பாக சந்தோஷப்படுவாள். அப்பாவிடம் பேசிச் சண்டையிட்டு என்னை மீண்டும் சேர்த்துக்கொள்வாள். என் அப்பா கூறியவை இன்று எனக்குப் புரிகின்றன. அவரும் எவ்வளவு வேதனைப்பட்டாரோ... பாவம்... நான் திரும்பிப் போகட்டுமா? ஊரார் என்னை ஏற்றுக்கொள்வார்களா? தம்மைக் கேலிக்கூத்தாக்கி ஓடியவனை மீண்டும் ஏற்பார்களா? ஃபாதர் மூலமாக முயற்சிப்போம்... ஆம்! இப்படி ஆரம்பிப்போமா... கலகம் மீண்டும் வெடிக்கும்... யப்பா... சிரிப்பைத் தாங்க முடியலியே...

“ஹலோ... ஃபாதர்... நான் பசலோனி பேசுறேன்... ஓ... மைக்கேல் ஜிட்லர்... ஞாபகம் இருக்கிறதா... ஆமாம், ஆமாம்... நான்தான்! ஆம், பெயர் மாற்றிக்கொண்டேன்... நான் இப்போது சவுதி அரேபியாவில் இருக்கிறேன், ஃபாதர்... ஆமாம், கார் மெக்கானிக்தான். நான் திருந்திவிட்டேன், என்னை மன்னித்துவிடுங்கள், ஃபாதர்... உங்களுக்கு ரொம்ப தொந்தரவு கொடுத்துவிட்டேன். சொல்கிறேன் ஃபாதர்... குடும்பம் என்று வந்த பிறகு எல்லோரும் திருந்தித்தான் ஆக வேண்டுமல்லவா... இவ்வளவு வருடங்களுக்குப் பிறகு உங்களின் நினைவு வரக் காரணமிருக்கு ஃபாதர்... நேற்று இரவு மனத் துயரத்திலிருந்து விடுபட்டு அகால மௌனத்தை உள்வாங்கிக்கொள்ள குளிர்காலம் என்றும் பார்க்காமல் பாலைவனம் சென்றேன் ஃபாதர்... பாலைவனம் என்பது சுதந்திரத்தின் அடையாளம். அங்கு மனிதக் கட்டுப்பாட்டுகளுக்கெல்லாம் இடமில்லை. நிமிடத்திற்கொரு முறை மாறிக்கொண்டே இருக்கும் அது மனித மனதின் குறியீடு. தானே கட்டிக்கொள்ளும் சுவர்களைத் தகர்த்து சதா நகர்ந்துகொண்டே இருக்கும். ஆகையால் சுவர்களில்லாத மனம் கொண்ட மனிதர்கள் அதை மிகவும் நேசிப்பார்கள். தம் உருநிழலாக அதைக் காணும் என்னைப் போன்ற ஆட்கள் இரவுகளிலும் விழிகளை அடைத்து செவிகளைத் திறந்து அதன் அழகை ரசித்துக்கொண்டிருப்பார்கள். நானும் அவ்வாறே அவ்விரவு மணற்குன்றொன்றின் மேல் இருக்கையில் வானில்

நிலவு வரும் வாசமடித்தது ஃபாதர்... பாலைவனத்தில் முழு நிலவைப் பார்ப்பதே ஒரு தனி அனுபவம். அழகின் உச்சம். ஆரம்பத்தில் கண்களைத் திறந்து முகர்ந்து நான் அதை ரசிக்க ஆரம்பித்தேன். சிறிது நேரத்தில் நிலவின் பால்துளிகள் என்மேல் விழத் தொடங்கின... வானிலிருந்து தேவகன்னிகள் எனக்குப் புண்ணிய முழுக்குச் செய்யத்தான் இப்படிப் பாலைப் பொழிகிறார்கள் என்றே எண்ணினேன். எழுந்து நின்று பார்க்கிறேன், கண் எட்டும்வரை பால் வெள்ளம்! தேங்கும் பால் பொய்கை! மணற்குன்றுகள் பெண்களின் மார்பகங்களாய் மாறி அவற்றின் காம்புகளிருந்து பால் வெள்ளம் ஆறாய் ஓடத் தொடங்கியது... இருங்க இருங்க ஃபாதர்... முழுசா கேளுங்க... நான் முன்னைப்போல் இல்லை ஃபாதர்... தயவுசெய்து நான் சொல்வதைக் கேளுங்கள். அந்த அற்றைத் திங்கள் ஆற்றைப் பார்க்கும் தருணத்தில்தான் நான் செய்த பாவங்கள் எனக்கு நினைவுக்கு வந்தன. ஃபாதர்... அப்போதுதான் பாலைவனத்துக்குள்ளும் இருக்கும் சுவர்கள் எனக்குத் தென்பட்டன. அவற்றைத் தாண்டிச் செல்லும் உத்திகளும் புலப்பட்டன. தன் மதில்களை தானே உடைத்து நகரும் பாலைவனமும் ஆழத்தில் சுவர்களால்தான் பின்னப்பட்டிருக்கிறது. ஆனாலும் அது சுவரை உடைக்க முயன்றுகொண்டே ஓடுகிறது. அப்படி ஓடுவதும் ஒரு சுவராகிவிட்டதா ஃபாதர்? சில சமயங்களில் பாலைவனமே திரண்டு காற்றில் சிதறடித்துக்கொண்டு மனிதர்கள் வாழும் வீடுகளை முற்றுகையிடும்; மனிதர்கள் கட்டிய சுவர்களைப் பெரும் அலைகள் கொண்டு தாக்கும். அதுதான்... இருங்க இருங்க, ஃபாதர்... அவசரப்படாதீங்க. நான் சொல்வதை முழுசா கேளுங்க... நான் சொல்லவேண்டியது இன்னமும் இருக்கு... பாவமன்னிப்புக்காக நான் உங்களிடம் வந்துள்ளேன் என்று எண்ணுகிறீரா... அப்படியே வைத்துக்கொள்ளுங்கள். ஆனால் பாலைவனத்தின் அந்த இரவில் நான் அறிந்ததை உங்களிடம் கூறுகிறேன். சுவர்களும் சிக்கல்களும் அற்ற மானுடத்தின் படிமத்தை நான் அந்தக் குளிர்காலப் பாலைவனத்தில் அடைந்துவிட்டேன், ஃபாதர்.

பாலைவனக் குளிர் என்றால் என்னவென்று உங்களுக்குத் தெரியாது என்று நினைக்கிறேன். அது உயிர்க்கொல்லிக் குளிர். இரத்தம் உறைந்துபோய்விடுமளவுக்குக் கடுமையான குளிர். வறண்ட 'ஷீத்தா'. ஆம், குளிரை அரபியில் அப்படித்தான்

கூறுவார்கள். அப்படிப்பட்ட அகாலக் குளிரையும் பார்க்காமல் ஏன் பாலைவனத்திற்குப் போய் மணற்குன்றின் உச்சியில் நான் உட்கார்ந்தேன் என்று உங்களுக்குச் சொன்னால்தான் இது முழுமையடையும். அதற்கு முதலில் உங்களிடம் ஒரு சங்கதியைச் சொல்ல வேண்டும். யாராலும் செய்ய முடியாததைப் பாலைவனம் என்னுள் செய்தது என்றேனல்லவா... ஓ! அவ்வாறு சொல்லவில்லையா..? இப்போது சொல்கிறேன் கேளுங்கள்.

மணற்குன்றுகளிலிருந்து என்னை விரட்டியடித்திருந்த நிலாப்பால் சற்று முன் என் அகப்பரப்பை விரித்து முடிவற்ற வெளியைத் திறந்து வைத்திருக்கிறது, ஃபாதர். பாலைவனம் அன்பற்றது, கனிவற்றது என்றே நீங்கள் கேள்விப்பட்டிருப்பீர். ஆனால் அது ஒட்டகம் எனும் ஜீவகாருண்யத்தை மானுடத்திற்குத் தந்துள்ளது ஃபாதர். இந்தக் காட்டுமிராண்டி பதூவன்கள் ஏன் ஒட்டகத்தைத் தம் உயிருக்கும் மேல் நேசிக்கிறார்கள் என்று சற்று முன்புதான் எனக்கு விளங்கியது. நிலாப்பால் என்றேனல்லவா ஃபாதர்... அது நிலாப்பால் இல்லை, பாலைவனத்தின் உயிரூற்றாய்த் திகழும் ஒட்டகப்பால். நூற்றாண்டுகளாய் மக்களைக் காக்கும் பாலைவனத்தின் நீரருவி. நீங்கள் அல்லது உங்களைப் போன்றோர் கூறும் ஈவிரக்கத்தின் ஆதிஊற்று அதுதான். இந்த முறை விடுமுறைக்கு வரும்போது உங்களுக்கும் அதைக் கொண்டுவருகிறேன் ஃபாதர்... ஆமாம், அதற்கும் இதற்கும் சம்பந்தம் இருக்கிறது ஃபாதர். மகேசன் என்கிற நாமக்கல்லைச் சேர்ந்த ஒரு சிறுவன் மூலம் மனித மனதின் உவமையான பாலைவனம் எனக்கு அனைத்தையும் புரியவைத்துவிட்டது ஃபாதர்... எப்படி என்று கேட்கிறீரா? சொல்கிறேன் ஃபாதர்... நேற்று முன்தினம் என்ன நடந்தது என்றால்..... சிரிக்காமல் கேளுங்க ஃபாதர்... பிரதீஸ் என்கிற காலேஜ் புரஃபஸருக்கும் அனஸ் மாஜித் என்கிற மருத்துவருக்கும் நேற்று என்ன நடந்தது தெரியுமா, ஃபாதர்? அதற்கு முதல் என் நண்பனும் தொழிலாளியுமான மகேசனுக்கு என்ன நடந்தது என்பதை நீங்கள் அறியணும்... சிரிக்காமல் கேட்க வேண்டும், முதலிலேயே சொல்லிட்டேன்... சிரிக்காதீங்க ஃபாதர். சொல்வதற்கு முன்பே சிரித்தா எப்படி ஃபாதர்? நான் சொல்லி முடித்த பிறகு நிகழவிருப்பதைப் பார்த்து சிரிப்பதற்காகக் கொஞ்சம் பாக்கி வைத்துக்கொள்ளுங்கள். சொல்கிறேன் ஃபாதர். அது இப்படித்தான் ஆரம்பமானது...

*

ஆகாய மான்கள்

எகிப்தைச் சேர்ந்த அப்துஸ்ஸலாம் கண்களுக்கெதிரில் இருக்கும் தன் மகளைத் தொட குதிக்கும்போதுதான் அந்த அழைப்பு வந்தது. தரையில் கால்களை திடமாக ஊன்றி கைபேசியை எடுத்து, "ஸலாம லேக்கும் தாக்துர் அனஸ் மாஜித்…" என்று தொடங்கி அவர் சொன்னதைக் கேட்டு அப்துஸ்ஸலாம் சத்தமாகச் சிரித்தான். "வல்லாஹி? யா ரஜ்ஜால்!" வியந்து

அழைப்பைத் துண்டித்து வயிற்றைப் பிடித்துக்கொண்டு சிரித்தான். நிற்க முடியாமல் மணலில் விழுந்தும் புரண்டும் சிரித்தான். தன் மகளுக்கும் அதைச் சொல்லி, “வா... அது என்னவென்று சொல் கிறேன்... நீயும் சிரிப்பாய். நீ அதைப் பார்த்ததில்லை, அல்லவா..!? உன் ‘பாபா’ நான் காண்பித்துத் தருகிறேன்... வா... தால் யா பிந்த்...” என்று கத்திக்கொண்டு அவளை இழுத்துச் சென்றான்.

இப்படியான ஓர் அதிசய அழைப்பு வந்து அடையும்முன் அவன் தன் நண்பர்களுடன் பாலைவனத்தில் டிடெக்டரைப் பிடித்து வேட்டையாடிக் கொண்டிருந்தான்.

தன் நண்பர்களுடன் இந்த அரிதான வேட்டைக்கு வர அப்துஸ்ஸலாமிற்கு ஆரம்பத்தில் ஆர்வமிருக்கவில்லை. வெய்யிலில் மாங்கு மாங்கென்று டிடெக்டர் கம்பியைப் பிடித்துக் கொண்டு அதிசய வேட்டையெனும் பெயரில் பித்துப் பிடித்தாற் போல் அலைவதா அல்லது தன் அறையில் ஏ.சி. காற்றினடியில் சுகமாய்ப் படுத்துக்கொண்டு தொலைக்காட்சியைப் பார்ப்பதா என்கிற குழப்பத்தைவிட அவர்கள் கூறும் சங்கதி ஒருவேளை நிஜமாகியிருந்தால் என்ன செய்ய என்கிற குழப்பம்தான் அவன் அடிவயிற்றைக் கிள்ளி அவனை இவர்களுடன் போகச் செய்திருந்தது.

இவர்களெல்லாம் ஹாயில் என்கிற சவுதி அரேபியாவின் ஒரு சிறிய நகரத்தின் வேளாண்மை நிறுவனமொன்றில் வேலை செய்கிறவர்கள். ஒரு சவுதி, ஒரு இந்தியன், ஒரு சூடானி, இரு எகிப்துக்காரர்கள் என்று மொத்தம் ஐந்து பேர் கொண்ட வெவ்வேறு நாட்டைச் சேர்ந்த, நடுவயதின் ஓடையில் மிதந்து கொண்டிருக்கும் இந்தக் கும்பல் ஓர் அசாதாரணப் பாலைவன வேட்டைக்காக வந்திருந்தார்கள். ர்ருபா அல் காலி என்று அரபியில் அழைக்கப்படும் ஒரு சொட்டு நீர்த்துளியும் கிடைக்காத மணல் மேடுகளால் சூழ்ந்திருக்கும் வறட்டுப் பாலைவனத்தில் அபாயகரமும் அதிசயமும் கொண்ட வேட்டை ஒன்றுக்காக வந்திருந்தார்கள். சுலய்யைலில் பணி செய்துகொண்டிருந்த எகிப்து நாட்டைச் சேர்ந்த மருத்தவர் அனஸ் மாஜித் தானும் இந்த வேட்டைக்கு வருகிறேன், தன் காரை ரிப்பேருக்கு கொடுத்துள்ளேன்... எல்லோரும் சேர்ந்து அடுத்த வார இறுதியில் போவோம் என்று கேட்டுக்கொண்டிருந்ததாலும், இவர்கள் ஐந்து பேரும் தம் வேட்டையை அவருக்காகத் தள்ளிப் போடாமல் உடனே புறப்பட்டிருந்தனர்.

காற்றில் சதா நகர்ந்துகொண்டே இருக்கும் ர்ருபா அல் காலி எனும் இந்த நீண்ட மணற்குன்றுகளின் பாலைவனம் தன்னை வெட்டவெளியாகக் காண்பித்துக் கொள்வதைப்போலவே தன் ஆழத்தின் அடுக்குகளில் ரகசிய வளாகங்களை பத்திரமாகப் பாதுகாக்கிறது என்றே சிலர் நம்புகிறார்கள். அப்படிப்பட்ட அரிதானவொரு நம்பிக்கைதான் இந்த வேட்டையின் அடித்தளம். கண்ணுக்கெட்டும் தூரம்வரை மணல்மேடுகளால் நிரம்பிக் கிடக்கும் இந்த நிலப்பரப்பு கனிவற்றது மட்டுமல்லாது உயிர்க்கொல்லியும்கூட என்பது அனைவரும் அறிந்தது தான். ஒரு துளி தண்ணீர் கூட கிடைக்காத, செடி, கொடிகள் அற்ற வறண்ட மணற்குன்றுகளின் பரப்புகளுக்குள் புதியதாக ஒருவர் சென்று வழி தவறி விட்டால் மரணம் நிச்சயம் என்றே கருதப்படும் இந்த ர்ருபா அல் காலி என்கிற பாலைவனத்தின் தாயகத்திற்குள் இவர்கள் தங்கவேட்டையை எதிர்நோக்கி வந்திருந்தார்கள்! ஆனால் ஆரம்பத்திலிருந்து இந்த அதிசய வேட்டையைக் குறித்து அப்துஸ்ஸலாமுக்கு மட்டும் சிறிய சந்தேகம் இருந்து கொண்டேதான் வந்தது. பாலைவனத்தில் தங்கம் கிடைக்குமா? முட்டாள்களைப்போல் பேசாதீர் என்று சிரித்திருந்தான்.

'இந்தப் பாலைவன வேட்டையின்பொழுது போலீஸில் பிடிப்பட்டால் நம்மை சிறையில் போடுவது நிச்சயம். சம்பாதிக்க வந்த நாட்டில் போலிசாரால் பிடிபட்டு வாழ்நாள் முழுவதும் சிறையில் கிடக்க வேண்டுமா? நாடு கடத்தப்பட்டு சாகும் வரை இந்த நாட்டுக்கு வராமலே போய்விடும் நிலைமையை நாமே உருவாக்கிக்கொள்ள வேண்டுமா?' என்று அவர்களிடம் சொல்லியும் பார்த்தான். 'ஆழ பாலைவனத்தின் இந்த இடத்திற்கெல்லாம் போலீஸ் வரமாட்டார்கள்' எனும் பதில் அவர்களிடம் தயாராகிருந்தன. இது மதத்திற்கு எதிரானது என்று கூற முயன்று தோற்றும் போயிருந்தான். இப்படி இருந்தும் தானேன் இவர்களுடன் செல்கிறேன் என்பது அவனுக்கே தெரியவில்லை என்று கூற இயலாது. ஏனெனில் அவன் மனதின் ஆழத்தில் இந்த வேட்டைக்குப் போகும் விருப்பம் தேங்கி நின்றிருந்தது. அவன் நண்பர்கள் கூறும் சங்கதி சில சமயம் உண்மையாகக்கூட இருக்கலாம் என்கிற உணர்வை விடவும் அவனுக்குள் அது உண்மையாக இருக்கக் கூடாதா என்கிற இச்சைதான் குடிகொண்டிருந்தது. அதைவிட அவனை மிகவும் கவர்ந்தது அவன் நண்பர்களில் சிலர் கூறிய ஒரு சங்கதி தான். ஹாயில் எனும் இந்த சவுதி அரேபியாவின்

நகரம் காலங்காலமாக சிறப்பான உபசரிப்புக்குப் பெயர் போனது. இஸ்லாத்திற்கு முன்பு இந்த ஊரில் வசித்த ஹதீம் அல் தாய் என்கிற பதூவீ அரபி விருந்தோம்பலுக்கு புகழ் பெற்றவர். உலகத்தின் பெரும் கொடைவள்ளல் என்றே அரபு சமூகம் அவரை இன்றுவரையிலும் நினைவில் வைத்திருக்கிறது. அரபு சமூகத்தின் மூலக்குடி என்று கருதப்படும் பதூவீ சமுதாயம் காலங்காலமாக பாலைவனத்தில் ஒட்டகங்களுடன் நாடோடிகளாக வாழ்ந்து வருபவர்கள். இஸ்லாம் மதத்திற்கு மாறும் முன் அரேபியா பதூவீகளின் நூற்றுக்கணக்கான தெய்வங்களின் வழிபாட்டிற்குள் இயங்கிக்கொண்டிருந்தது. அவர்களின் வாழ்க்கை நெறிகளில் உபசரிப்பு, விருந்தோம்பல் பெரும் கடமையாக கருதப்பட்டிருந்தது. இஸ்லாத்திற்கு மாறிய பின்பும், இன்று வரையிலும் உபசரிப்பு அரபி பதூவீ வாழ்க்கையில் பெரும்பங்கு வகிக்கிறது. ஆயிரத்து ஐநூறு வருடங்களுக்கும் முன் ஹாயில் நகரத்தில் வசித்து வந்த இஸ்லாமிற்கு முன்பிருந்த அல் தாய் எனும் பதூவீ குழுவைச் சேர்ந்த ஹதீம் என்கிற பதூவன் அன்று வழிப்போக்கர்களுக்கு மட்டுமல்லாமல் அனைவருக்கும் ஒவ்வொரு நாளும் குறையில்லாமல் அன்னம், பொருள் வழங்கி வந்தாராம். இரவிலும் தன் கூடாரம் தெரியட்டும் என்று ஹாயில் நகர் சுற்றிலும் இருக்கும் மலையின் உச்சியில் தீ வளர்த்து வைப்பாராம். உணவு அருந்திய பிறகு அவரிடமிருந்து மக்கள் ஈகை பெற்றுப் போவார்களாம். நன்கொடையின் அரசன் என்றே அழைக்கப்பட்ட ஹதீம் அல் தாய்யின் ஊரான ஹாயிலில் உள்ளவரெல்லாம் ஹதீமின் பெரும் உபசரிப்பைக் கொண்டாடி அவர்களும் அவரைப் பின்பற்றத் தொடங்கினார்களாம். ஒருவேளை அந்தக் காலத்து மக்கள்கூட்டத்தின் பொருட்கள் பாலைவனத்திற்குள் மறைந்து போயிருக்கக்கூடும் என்னும் யோசனைதான் அப்துஸ்ஸலாமை அவர்களுடன் இந்த வேட்டைக்கு அழைத்து வந்திருந்தது. பாலைவன மணல் விரிப்பில் பெட்ரோல் டீசல் கிடைப்பதில்லையா, என்ன? அப்படித்தான் மணற்கடியில் தங்கக்கட்டிகளும் கிடைக்கலாம் என்றொரு வதந்தி பரவலாகப் பேசப்படிருந்ததை நம்பித்தான் கடைகளில் கிடைக்கும் உலோகம் கண்டுபிடிக்கும் கருவியை வாங்கி இந்த ஐந்து பேர் மணற்குன்றுகளில் அலைந்து கொண்டிருந்தனர்.

எகிப்து மருத்தவர் அனஸ் மாஜித்தின் அழைப்பு வரும் முப்பது நிமிடம் முன்பு அப்துஸ்ஸலாம் துள்ளிக் குதித்து டிடெக்டரை மணல் மேல் அழுத்தித் தேடிக்கொண்டிருந்தான்.

தங்கக்கட்டிகளை எடுத்துக்கொண்டுதான் போக வேண்டும் என்று உறுதி கொண்டிருந்தான். ஆரம்பத்தில் அவனுக்குள்ளிருந்த சந்தேகம் அப்பொழுது காணாமல் போயிருந்தது. எகிப்து தலைநகர் கெய்ரோவில் மனை வாங்கி பெரிய வீடொன்றைக் கட்ட வேண்டும் என்கிற வெகுநாள் இச்சை அவனை இந்த அதிசய வேட்டைக்குத் தள்ளியிருந்தது. குடும்பத்தைப் பார்த்து மூன்று வருடங்களே கடந்து விட்டிருந்தன; அனுதினம் அவர்கள் ஞாபகம் இவனை வாட்டிக்கொண்டே இருந்தது. அதிலும் இவன் விருப்பத்துக்குரிய முதல் மகளான ரபியா கனவில் வந்து ஊருக்குப் போகும்படி அவனை தூண்டிக்கொண்டே இருந்தாள். இரண்டு வருடங்களுக்கு ஒருமுறை வெக்கேஷன் போகும் அப்துஸ்ஸலாம் கடந்த வருடம் போகவில்லை. போனால் குறைந்தது பத்தாயிரம் எகிப்து பவுண்டு செலவாகி விடும் என்று நான்கு வருடங்களுக்குப் பிறகு போவோம் என்று முடிவெடுத்திருந்தான். அடுத்த வருட ரமலான் சமயத்தில் ஊருக்குப் போய் குழந்தை குட்டிகளுடன் பண்டிகையை உவகை கொண்டு கொண்டாடி கெய்ரோவில் நண்பர்களின் உதவியுடன் ஒரு மனையைத் தேடி வாங்குவோம் என்றிருந்தான். இந்த ஆவலை சவுதியில் யாரிடமும் அவன் கூறியிருக்கவில்லை. இதுபோல் இன்னும் பல இச்சை, சங்கதிகளை அவன் மனதின் ஆழ ஏடுகளில் மிகவும் பாதுகாப்பாக வைத்துள்ளான். அந்நியப் பெண்களின் உடல்களை ரகசியமாக ரசித்தது, வேசிகளுடன் போகத் துடித்தது, கெய்ரோவில் யாருக்கும் தெரியாமல் மந்திரவாதிகளிடம் சென்று எதிர்காலத்தைப் பற்றிக் கேட்டது என்று சில புதிர்விலங்குகளை அவன் மன இடுக்குகளுக்குள் அழுத்தி வைத்திருந்தான். அவைகளிலொரு பெருச்சாளி அவ்வப்போது எட்டிப் பார்த்து மீண்டும் உள்ளே ஓடி இரவுகளில் உணவுண்ண வெளியில் வந்து அவனை பயங்கொண்டு நடுங்க வைக்கும். அப்பொழுது எழுந்து நின்று தன் வலதுகாலின் பெருவிரலால் அதை அழுத்தி மூச்சிரைத்துக்கொண்டு தண்ணீர் குடித்து படுத்துக்கொள்வான். அதே பெருச்சாளி இந்தப் பாலைவனத்தில் தாக்கும் என்று தெரிந்திருந்தால் அவன் வேட்டைக்கே வந்திருக்கமாட்டான். பெருச்சாளியின் தாக்குதலிலிருந்து ஓடிக்கொண்டிருக்கையில்தான் மருத்தவர் அனஸ் மாஜித் அழைத்திருந்தார்.

டிடெக்ட்ரைப் பிடித்து மணற்குன்றுகளில் ஏறி இறங்கிக் களைத்துப்போய் மணற்குன்றொன்றின் அடிவாரத்தில் படுத்திருந்தான். எரியத் தொடங்கிய குளிர்காலக் கதிரவனின்

வெக்கையைத் தாங்க முடியாமல் சோர்ந்துபோயிருந்தான். எவ்வளவு தேடியும் ஒரு கடுகளவும் தங்கம் கிடைக்காதது அவனுள் கொதிப்பை அதிகப்படுத்திக் கொண்டிருந்தது. பாலைவனக் குளிர் மனிதக் குருதியை உறைய வைத்து கருங்கல்லாக்கிவிடும் என்பதால் எல்லோரும் பாதுகாப்பாகத்தான் வந்திருந்தார்கள். அப்துஸ்ஸலாம் ஒன்றுக்கு இரண்டு ஸ்வெட்டரும் ஜெர்கினும் கனமான பாதக்கவசமும் அணிந்தே வந்திருந்தான். ஆனாலும் 2013ன் குளிர்பருவத்தின் பாலைவனம் அவன் இதயத்தில் சிறிய நடுக்கத்தை ஏற்படுத்தியிருந்தது. மணல்மேல் படுத்தவுடனே மணலில் தூர் பிடித்திருந்த குளிர் அவன் உடம்பையே உறிஞ் சுவதைப் போல் தோன்றி திடீர் என்று எழுந்தான். வாயைப் பிளந்து நோக்கினான்... மண்ணில் இருக்கும் உலோகத்தைபிடித்து கவ்விக்கொள்ளும் டிடெக்டர் செங்குத்தாக நின்றிருந்ததைப் பார்த்து வியந்து அதைப் பிடித்து இழுத்தான். அது இலேசாக வரவில்லை. தன் வலிமையெல்லாம் மண்டைக்குள் ஒன்றுசேர்த்து இழுத்தான். அது பிடுங்கிக்கொண்டு அவனைத் தரையில் தள்ளியது. மூச்சிரைத்துக்கொண்டு எழுந்து டிடெக்டரின் அடித்தளத்தைப் பார்த்தான். அதொரு பெரும் கல்; திருப்பி பார்த்தான். அது வெறும் கல் என்று தோன்றினாலும் ஜெர்கினின் உள் ஜோபியில் அதை வைத்துக்கொண்டான். எதிரில் காணும் மணற்குன்றில் ஓர் ஆள் ஏறிக்கொண்டிருந்ததை அப்துஸ்ஸலாம் எதேச்சையாகப் பார்த்தான். அந்த ஆளின் முதுகில் ஒரு கோணிப்பை இருந்தது; கையிலிருக்கும் கோலால் மணலைக் கிளறிக்கொண்டு போய்க்கொண்டிருந்தான். “யா ரஜ்ஜால்... வொக்கஃப்” என்று கூவிக்கொண்டு அவனிடம் ஓடினான். இவனைப் பார்த்ததும் அவன் ஓடத்தொடங்கி மணலில் வழுக்கி கீழே சரிந்து விழுந்தான்.

அவன் கால்களை இறுக்கமாக மிதித்துக்கொண்டு அப்துஸ்ஸலாம் அவனைத் தாக்கி “யார்ரா நீ? என்ன செய்றே இங்கே?” என்று கேட்டான். அவனொரு இந்தியனாகவோ வங்காளதேசக்காரனாகவோ தெரிந்ததால் அப்துஸ்ஸலாமிற்கு பெரும் ஊக்கம் கிடைத்திருந்தது. தன் டிடெக்டரை துப்பாக்கி போல் அந்த ஆளின் நெற்றிக்கு வைத்து பயமுறுத்தி கோணிப்பையில் என்ன இருக்கிறது என்று காண்பிக்குமாறு சத்தமிட்டான். ஒருவேளை இவனும் தங்கக்கட்டிகளைத் தேடித்தான் வந்திருக்கலாமோ என்கிற ஐயம் அவனுள் இருந்தது.

அந்த ஆள் கோணிப்பையின் வாயை திறந்து குப்புறக் கொட்டினான். இலைகளும் மரவேர்களும் கீழே விழுந்தன, அவற்றோடு த்தொப் என்றழைக்கப்படும் பாலைவன உடும்பு போன்ற ஊர்வன விலங்கும் விழுந்து ஓட முயன்றபோது அந்த ஆள் அதைப் பிடித்து மீண்டும் பைக்குள்ளேயே போட்டுக் கொண்டு அப்துஸ்ஸலாமைப் பார்த்து சிரித்தான். “இது என் பொண்ணுக்குங்க, முதீர்” என்றான். இந்த ருபா அல் காலியில் வழிதவறியோ அல்லது பாலைவனத்து வாழ்க்கையைத் தாங்க முடியாமல் சித்தம் கலைந்து போனவனோ போலிருக்கு என்று எண்ணி அப்துஸ்ஸலாம் “எங்கே உன் மவள்? காணாமே?” என்று கேட்டு சம்மணம் போட்டு உட்கார்ந்தான். சிறிது நேரம் இவனோடு பேசிக்கொண்டு களைப்பைப் போக்குவோம் என்னும் எண்ணத்தில். பதிலுக்கு அவன் பேசியதைக் கேட்டு சத்தமாக சிரிக்கத் தொடங்கியவனுக்கு இவன் எதையோ மறைக்கிறான் என்றே தோன்றியது. அந்த ஆள் இவ்வாறு சொல்லிக்கொண்டு போனான்:

“நெசமாகத்தான் முதீர்... என்ன சிரிக்கிறீர்? நான் நிலத்துக்கடியில் இந்தியாவை நோக்கி நடந்துகொண்டிருந்தேன். அப்பொழுதுதான் என் மகள் என்னைத் தேடிக்கொண்டு சவுதியை நோக்கி பூமிக்கடியில் பறந்து கொண்டு வந்தாள். இந்தியாவில் அவளைக் கொன்று புதைத்துள்ளார்கள். ஏன் என்று கேட்கிறீரா? சொல்கிறேன்... நான் இந்தியாவுக்குப் போய் ஆறு வருடங்களாயிற்று. மனைவியைக் காண மனம் துடித்துக்கொண்டே இருந்தது. அவளும் அவ்வாறே படபடத்துக் கொண்டே இருந்திருக்கிறாள். ஓர் அற்றைத் திங்கள் இரவு என்னுடைய உணர்ச்சிகளையும் அவளுடையதும் ஒன்றாய் இணைத்து அவளைக் கருவுற வைத்தது. யாரிடமும் கூறாமல் அவள் அதை ஏழு மாதங்கள் வரை பாதுகாத்திருக்கிறாள். ஆனால் எப்படியோ அவள் பெற்றோருக்குத் தெரியவந்ததுள்ளது. உடனே கூச்சல்சண்டையிட்டு சத்தமில்லாமல் அந்தக் கருவை வெளியேற்றி நிலத்தில் புதைத்துள்ளனர். ஏழு மாதங்களாக அவளுடைய வயிற்றில் வளர்ந்திருந்த அந்தக்கரு தன்னைப் பெற்றவளைப் போய்ச் சேர முடியாமல் குலவையிட்டு அழுது தன் தந்தையைத் தேடி நிலத்துக்குள்ளேயே அலைந்து கொண்டிருக்கையில் நான் இங்கு சவுதியில் தவித்துக் கொண்டிருந்தேன். பாலைவனத்தில் ஒட்டகம் மேய்க்க ஆளில்லை என்று என் கஃபீல் ஊருக்குப்போக விடமாட்டேன் என்றான். எனக்கு பித்துப் பிடிப்பதுபோல் ஆகி அழுது புரண்டு வழி தெரியாமல்

பாலைவனச் சோலையொன்றின் வறண்ட ஆழ்குழாய் கிணற்றில் எகிறிக் குதித்து நிலத்துக்கடியில் இந்தியாவை நோக்கி நடக்கத் தொடங்கினேன். அப்போது இந்தியாவின் நிலத்துக்கடியில் மூன்று வருடமாக கதிகெட்டு அலைந்து கொண்டிருந்த என் மகளுக்கு என் வாடை அடித்திருக்கிறது. உடனே என்னைத் தேடி பறந்து வந்தாள். என்னைக் கட்டிப்பிடித்து "பாபா... நீ இல்லாமல் நான் எவ்வளவு துயரம் அடைந்தேன் தெரியுமா... கண்ட கண்ட ஆண்களின் கைகள் என்னை பிடிக்க முயற்சித்தன... அவர்களிடமிருந்து தப்பித்துக் கொள்ள என்ன பாடுபட்டேன் தெரியுமா, பாபா" என்று கூச்சலிட்டாள். முதீர்... எனக்கு அழுகையா வந்தது... இறந்த பிறகும் சில ஆண் பிரேதங்கள் ஒரு சிறுமியையும் விடாது துன்புறுத்தி இருக்கிறார்கள் என்றால் நீங்களே எண்ணிப் பாருங்கள். இந்த மானுட தேகம் எவ்வாறு இச்சையால் பின்னப்பட்டிருக்கிறது என்று? அவளை தோள்மேல் போட்டுக்கொண்டு இந்தியாவை நோக்கி நான் போய்க்கொண்டிருக்கையில் இங்கு திடீர் என்று ஒரு ஓட்டை விழுந்து பறவைகள் வானில் தென்பட்டு என் மகளுக்குத் தின்ன ஏதாவது பறவை முட்டைகள் கிடைக்குமா என்று நான் வெளியே வந்து தேடிக்கொண்டிருக்கையில்தான் நீங்கள் என்னைப் பிடித்தீர்..."

அப்துஸ்ஸலாம் இப்பொழுது சிரிக்கவில்லை. எழுந்து நின்று கோபத்துடன் "என்னைத் தேடி அப்பனும் மவளும் சவுதி வரையில் வந்துவிட்டீர்களா? சவுதி போலீசுக்கு பிராது கொடுத்தால் என்னை எளிதாகப் பிடித்து என் தலையை வெட்டுவார்கள் என்று நினைத்து இங்கு வந்தீரா? இரண்டு பேரும் உயிர் பிழைத்து வந்தீர்களா? உன் மகளை யாரோ கற்பழித்துக் கொன்றுவிட்டார்கள் என்று மானத்துக்கும் பயப்படாமல் புகார் கொடுக்க போலீஸிடம் சென்ற உன்னை புரட்சியாளர்கள் மூலம் கல்லடித்தே கொன்றாலும் பிழைத்து வந்திருக்கிறாயே... நானே இப்பொழுது உன்னைக் கொல்றேண்டா..." என்று டிடெக்டரில் ஓங்கி அந்த ஆளுடைய நடுமண்டையில் போட்டான். அவன் உருதுவில் ஏதோ கூவிக்கொண்டு மணற்குன்றின் மேல் ஏறினான். பின் தொடர்ந்து இவனும் ஓடி ஜெர்கினின் ஜோபியிலிருந்த கல்லை எடுத்து அவன் தலையை நோக்கி வேகமாக எறிந்தான். அந்தக் கல் அவனைப்போலவே அநாதையாக மணலில் விழுந்தது.

அப்துஸ்ஸலாம் ஓடி அவனைப் பார்த்தான். அவன் தலையிலிருந்து வெளியேறிய இரத்தம் மணலை சூடாக்கிக் கொண்டிருந்தது.

இவன் சத்தமாக சிரித்தபடியே "எங்கடா உம்மவ?" கேட்டவாறே மணலைத் தோண்டிப் பார்த்துக்கொண்டிருக்கையில் வானில் யாரோ அழைப்பதுபோல் தோன்றி தலைதூக்கிப் பார்த்தான். அதோ அங்கே... அவள்தான்... அன்றைய என் மனதின் அழுத்தத்தைத் தணித்தவள்... கெய்ரோவின் யாருமில்லா வீதியில் அன்று இரவு எனக்கென்றே வந்தவள்... பத்து வருட சிறுமியானாலும் என் ஆசையைத் தூண்டியவள். பெண் உடலின் வாடையை எனக்கு முதன் முதலாகக் கொடுத்தவள். நான் காதலித்த அந்தப் பெண்ணைப்போலவே முகம் கொண்டவள். "என் ஹபீபி... வாடீ... அன்று போலவே இன்றும் அடம் பிடிக்கறியா.. இப்போ பார்..." என்று கத்திக்கொண்டு கல்லைத் தேடி எடுத்து குறிவைத்து வானை நோக்கி எறிந்தான். கண்ணுக்கெட்டும் தூரத்தில் வானிலிருந்து கீழே ஏதோ விழுந்ததை நோக்கி மணற்குன்றை எகிறிக் குதித்து ஓடினான். அங்கு அவனெதிரில் தங்கக்கட்டிகள் மிதந்துகொண்டிருந்தன. அவைகளில் ஒன்றின் மேல் ஒரு சிறுமி உட்கார்ந்திருந்தாள்.

அப்துஸ்ஸலாம் சிரித்தவாறே அந்தச் சிறுமியைப் பிடிக்க எம்பினான். அதிர்ந்து நின்றான். அந்தச் சிறுமி இப்போது அவனுடைய மூத்த மகள் ரபியாவாய் தென்பட்டாள். வியந்து அவன் நின்றபோதுதான் அவனுடைய கைபேசி அடித்துக்கொண்டிருந்தது. அவன் நாட்டைச் சேர்ந்த, தங்க வேட்டைக்குத் தன்னையும் அழைத்துப்போக கேட்டுக் கொண்டிருந்த மருத்துவர் அனஸ் மாஜித்தான் அழைப்பது. இவன் ஏன் கூப்பிடுகிறான் என்று அறியாமல், என்ன செய்வது என்று நிற்கையில் அவன் மகள் அந்த அழைப்பை எடுத்துப் பேசுமாறு கூறினாள்.

அவ்வாறே அழைப்பை எடுத்து மருத்துவர் அனஸ் மாஜித் சொன்னதைக் கேட்டு சிரிப்பு தாங்க முடியாமல் மணல் விரிப்பின் மேல் விழுந்தும், புரண்டும் சிரித்துக்கொண்டு தன் மகளுக்கு அந்தச் சிரிப்பின் விளக்கத்தைச் சொல்ல பாய்ந்தது. அதோடு தன் மகள் அமர்ந்திருக்கும் தங்கக்கட்டிகளை கோணிப்பையில் மூட்டை கட்டிக்கொண்டு கெய்ரோவுக்குக் கொண்டுபோய் அவைகளால் பெரும் மதில்களை எழுப்பி எகிப்தே பார்த்திராத தங்க வீடொன்றைக் கட்டுவோம் என்று நினைத்தது.

*

நொறுங்கும் சொற்கள்

மைக்கேலின் அந்த அழைப்பு வரும்முன் தன் வகுப்பை முடித்துவிட்டு அப்பொழுதுதான் பாட அறையிலிருந்து புரஃபசர் பிரதீஸ் வெளியேறியிருந்தான். மைக்கேல் சொன்னதைக் கேட்டும் நினைத்தும் வயிறே புண்ணாகுமளவுக்கு அவன் சிரித்துக்கொண்டிருந்தான். எட்டாம் செமஸ்டர் மாணவர்களுக்கு பாடம் எடுக்கையில் நினைவுக்கு வந்த சங்கதிகளும் அவன் மனதில் கூடிக்கொண்டு மேலும் அவனை சிரிக்க வைத்தது. இதை யாரிடமாவது சொல்லியே ஆகணுமே என்று துடித்தான். ஆனாலும் சுதாரித்துக்கொண்டு,

'மைக்கேல் ஒரு கேப்மாரி, அவன் சொன்னதை நம்பி நான் பிறரிடம் சொன்னால் என்னை எல்லோரும் மஜ்னூன் என்று தான் அழைப்பார்கள். வேண்டாம். சாயங்காலம் அங்கே போய்ப் பார்ப்போம், அது நிஜமா, பொய்யா என்று அதை எப்படிப் பார்ப்பது!?' ஹஹஹ... என்று சத்தமாகச் சிரித்தான்.

கைபேசியில் மைக்கேலின் அந்த அலாவுதீனின் அற்புத அழைப்பு வரும்முன் பிரதீஸ் தன் மாணவர்களுக்கு மூாக் டெரிடாவின் டிஃபரென்ஸ் பற்றிப் பொங்கியெழும் சொற்பொழிவொன்றை ஆற்றியிருந்தான். 'இந்த அரேபி மாணவர்களுக்கு டெரிடாவோ, பின் நவீனத்துவ இலக்கியமோ புரியுமா?' என்று சிரித்துக்கொண்டே தன் அலுவலகத்தை நோக்கி நடந்துகொண்டிருந்தான். மூன்றாம் அடுக்கில் இருக்கும் தம் அலுவலகத்திற்கு இவனது சக ஊழியர்கள் அனைவரும் லிஃப்டில் போனால் இவன் மட்டும் படிகளில்தான் போவான். அப்படிப் போகும்போதெல்லாம் ஜன்னலோரம் கொஞ்ச நேரம் நின்று தொலைவில் தெரியும் பாலைவனத்தையே பார்த்துக்கொண்டு நிற்பான். நாள்தோறும் இடம் மாறிக்கொண்டிருக்கும் மணற்குன்றுகளைப் பார்த்து வியப்படைவான். மனிதர்கள் கட்டும் வீடுகளும் இவைபோலவே நொடிக்கு நொடி நகர்ந்துகொண்டே இருந்தால் எவ்வளவு அற்புதமாக இருக்கும் என்று எண்ணியதை நினைத்துச் சிரிப்பான். பாலைவனம் ஒரு ரகசிய அற்புதம்... அங்கு ஏதோ ஒரு ஈர்ப்பு இருக்கிறது... அதற்காகத்தான் தன் மாணவர்களில் சிலர் வாரக்கணக்கில் ஒட்டகங்களுடன் பாலைவனத்துக்குச் சென்றுவிடுகிறார்கள். அரபு எழுத்தாளர் அப்துல் ரெகமான் முனீஃப் பாலைவனத்தைப் பற்றி ஏதாவது சொல்லியிருக்கிறாரா, பார்க்கணும்... சவுதி அரேபியாவை விட்டுக் கிளம்புவதற்குள் ஒருமுறையாவது பாலைவனத்தில் ஓர் இரவைக் கழிக்க வேண்டும் என்று சோர்வடைவான். அப்படித்தான் இன்றும் மைக்கேலின் அழைப்பு வரும்முன் ஜன்னலோரம் நின்று சோர்வடைந்தான்.

தன் அலுவலகத்திற்குள் போய் நாற்காலியில் உட்கார்ந்தவாறே கைபேசியை எடுத்து வாட்ஸாப் குறுஞ் செய்திகளைப் பார்த்து ஃபேஸ்புக்குக்குள் குதித்தான். யாரோ நண்பரொருவரின் வீடியோவால் ஈர்க்கப்பட்டு கண்களை கூர்மையாக்கிக்கொண்டு பார்த்தான். அது சிறுமி ஒருத்தியின் அழகான பேச்சு. அவன் மனம் விரிந்த கணமே கசிந்தது.

கைபேசியை அப்படியே மேஜையின் மேல் வைத்து மூச்சை நெஞ்சுக்குள் இழுத்துக்கொண்டு கண் மூடி உட்கார்ந்தான்.

திருமணமாகி பத்து வருடங்கள் கடந்திருந்தாலும் அவனுக்கு இதுவரை குழந்தை பிறக்கவில்லை. ஆங்கில மருத்துவம், நாட்டு மருந்து, ஆயுர்வேதம், யுனானி என்று எல்லாவற்றையும் பார்த்தாகிவிட்டது. ஒன்றுமே பலிக்கவில்லை. இரண்டு பேரிலும் எந்தத் தொந்தரவும் இல்லையென்றுதான் மருத்துவர்கள் கூறியிருந்தனர். இரண்டு வருடங்கள் பார்ப்போம், ஆகவில்லையெனில் டெஸ்ட் டியூப் குழந்தைக்குப் போவோம் என்று கணவன், மனைவி இருவரும் முடிவெடுத்திருந்தனர். இந்தியாவில் தம்மைப் பார்ப்போரெலாம் 'இன்னமும் குழந்தையில்லையா?' என்று கேட்டுப் புண்ணின் மேல் வெந்நீரை ஊற்றுபவர்கள்தான். தமக்குள் இருக்கும் வலியைவிட உறவினர்களும் ஊராரும் கொடுக்கும் குத்தல்களைத் தாங்க முடியாமல் மூன்று வருடங்களாக விடுமுறையில் இந்தியாவுக்கே அவர்கள் போகவில்லை. இங்கேயே இரண்டு வருடங்கள் இருந்தால் மற்றொரு வருடம் துருக்கிக்குப் போய் ஒரு மாதம் கழித்து சவுதிக்கே திரும்பி வந்திருந்தனர். துருக்கியில் சிலர் முடி வளர தம் வழுக்கைத்தலைகளில் மருந்து போட்டுக்கொண்டு போவதைப் பார்த்து அங்கு ஏதாவது குழந்தையின்மைக்கு மருந்து கொடுப்பார்களா என்று விசாரித்துப் பார்த்தார்கள். இங்கிலாந்திலோ அல்லது ஃப்ரான்சிலோ தம் சிக்கல்களுக்கு அநேகமாகத் தீர்வு கிடைக்கலாமென்று யோசித்து அடுத்த விடுமுறையில் லண்டன் போகலாம் என இருவரும் தீர்மானித்திருந்தனர்.

தன் விந்தணுக்கள் குழந்தையைத் தரும் சக்தியிழந்தவையா என்று அவன் தீவிரமாக வருந்தியும் உள்ளான். இரண்டு பேருமே நன்றாகத்தான் உறவு கொள்கிறோம்... ஆனால் ஏன் குழந்தை பிறக்கவில்லை என்பது அவனுக்குப் புரியாத புதிராய் வாட்டிக்கொண்டே இருந்தது.

அந்த வலி அவனுக்குள் மற்றொரு வலியைக் கொண்டுவந்தது. தன் மனைவி யாருடனாவது கள்ளத்தொடர்பு வைத்துள்ளாளா என்று நினைத்தான். உறவு கொள்ளும்பொழுது கொஞ்சநாட்களாக அவளின் முக பாவனையே வேறு மாதிரி இருக்கிறது என்று அவனுக்குத் தோன்றியிருந்தது. திருமணம் ஆன புதிதில் அந்த ஐந்து நாட்களைத் தவிர மாதத்தின்

மற்ற எல்லா நாட்களிலும் உறவு கொண்டிருந்தான். நாட்கள் போகப்போக 'அதில்' ஆர்வம் குறைந்துகொண்டே போனதை அவன் உணர்ந்திருந்தான். அதிலும் ஒருமுறையும் நிற்காத அவள் மாதவிலக்கு காரணத்தினாலும் அவனுக்கு காமத்தின் மேலேயே வெறுப்பு வர ஆரம்பித்திருந்தது. வாரம் ஒரு முறை என்றிருந்தது மாதத்திற்கொரு முறை என்றாகி இப்போது, எப்போதாவது ஒருமுறை என்றாகிவிட்டது. இரண்டோ, மூன்றோ ஒருமுறை நிகழும் அந்த உத்வேகம் இவனுக்குள் அவ்வப்போது ஒரு பெரிய சந்தேகத்தின் விருட்சத்தை விதைத்திருந்தது. 'வேறு யாரையாவது அவள் பார்த்துக்கொண்டிருக்கிறாளா!' என்ற சந்தேகம் அவனுக்குள் வலுவான வேர்களைவிட்டு வளர்ந்திருந்தது. தனக்கும் அவளுக்கும் சண்டை வரும்போதெல்லாம் அவள், 'அவரைப் பாருங்கள்... எப்படி பொண்டாட்டியை பார்த்துக்கொள்கிறார்' என்று, எதிர் வீட்டிலிருக்கும் தன் சக ஊழியனைக் குறித்துக் கூறுவது அவனுக்குள் அசாத்தியக் கோபத்தைக் கிளறும். அதோடு அந்த மகாவிருட்சம் கனிகளைப் பூத்து அவனைப் பீறிடச்செய்யும். வகுப்பு எடுத்துக்கொண்டிருக்கும்போதும் அவனை அந்தக் கனிகள் வசீகரித்து தன் மனைவி அவனுடன் எவ்வாறு உறவு கொண்டிருப்பாள் என்று யோசிக்க வைக்கும்.

இப்படித்தான் கடந்த மாதம் அவன் ஷேக்ஸ்பியரின் ஒதெல்லொ நாடகத்தைப் பற்றிக் கூறும்பொழுது துடித்திருந்தான். ஒதெல்லோவைப்போல் தானும் கற்பனை செய்துகொள்கிறேனா என்று எண்ணிப் பார்த்தான். இல்லை... கண்டிப்பாக அவனோடு தொடர்பில் இருக்கிறாள் என்று வலுவாக நம்பி ஒருநாள் திடீரென்று வீட்டிற்குச் சென்றான். 'அவனது' கார் வீட்டின் முன்தான் இருந்தது. அவன் மனைவியும் பெண்கள் கல்லூரியில் அஸிஸ்டெண்ட் புரஃபஸர். அவளைக் கல்லூரிக்கு விட்டுவிட்டு இவனும் கல்லூரிக்குப் போகணும்தானே, ஏன் தாமதமாகப் போகிறான்? இவளும் காலையில், தான் புறப்படும்போழுது அவன் கார் சத்தம் கேட்டதுமே மலர்வதைக் கண்டுள்ளேன் என்று எண்ணிக்கொண்டே அவன் அன்று சத்தமில்லாமல் போய்க் கதவைத் திறக்க முயன்றான்.

உள்ளே தாழ்பாள் போடப்பட்டிருந்தது. தன் இதயம் துடிக்கும் சத்தம் அவன் காதுகளில் கேட்டது. யாரோ ஓடும் கால் சத்தம்..! 'கண்டிப்பாக அவன்தான்... வாடி... இன்றைக்கு சிக்கினாய்..!' என்று துள்ளிக்கொண்டே கதவைத் தட்டிக்கொண்டே இருந்தான். அவள் குளியலறையிலிருந்து

“வூ ஈஸ் தட்?” என்று கூவினாள். ஒன்றுமே பேசாமல் இவன் நின்றான். சிறிது நேரம் கழித்து அவள் “பிரதீஸ்..?” என்றாள். இவன் “ம்...” என்று பதிலுக்கு குரல் எழுப்பினான். அவள் குளித்துக்கொண்டிருந்ததாகக் கூறி சிறிது நேரம் கழித்து கதவைத் திறந்து “ஏன் இப்பொழுது?” என்று கேட்டதற்கு, லேப்டாப்பை மறந்துபோனதாகக் கூறி தன் அறைக்குள் சென்றான். அவள் குளியலறைக்குத் திரும்பிப்போனதுமே வீட்டின் எல்லா அறைகளையும் பரீட்சித்தான். ‘அவன் எங்கே போனான்? அவளுடன் குளித்துக்கொண்டிருக்கிறானா? அவள் வெளியில் வரட்டும்... பாத்ரூம் போவதுபோல் போய்ப் பார்ப்போம்’ என்று தீர்மானித்து அதைச் செய்தும் பார்த்தான். எங்கும் அவன் காணாத அந்தத் தருணத்தைச் சகித்துக்கொள்ள முடியாமல் துடித்தான்.

‘ஒரு சிசிடிவி வாங்கி அதை வீட்டுக்குள் பதித்து வைக்கணும்’ என்கிற தீர்மானத்துடன் அன்று பிரதீஸ் வெளியேறியிருந்தான். மறுநாள் குளிக்கப் போனபோது அவள் கழற்றி வெளியில் போட்டிருந்த அவளுடைய ஜட்டியை எடுத்துப் பார்த்தான். மூக்கில் வைத்து முகர்ந்தும் பார்த்தான். கட்டிலில் ஏதாவது வாடை அடிக்கிறதா என்று முகர்ந்து பார்த்தான். பவுடர் போட்டு மெத்தையைத் தேய்த்திருந்ததைப் பார்த்துப் பரிதவித்து அதைப் பற்றி அவளைக் கேட்கமுடியாமல் தவித்தான்.

அந்நாள் முதல் இவன் மனம் ஏதோ ஒருவிதமான கசகசப்பை அனுபவித்துக்கொண்டே இருந்தது. இரவுகளில் தூங்குவதுபோல் நடித்து அவள் எழுந்து எங்கு போகிறாள் என்று கள்ள நோட்டமிட்டுக்கொண்டே இருந்தான். ‘இவள் ஒருவேளை எனக்குள் சந்தேகம் எழும்படி நடந்துகொண்டு என்னை வதைக்கிறாளா?’ என்கிற ஐயமும் அவனுள் எழுந்தது. அவள் அப்படிப்பட்டவள்தான் என்கிற தொனியும் அவன் கண்களில் பொங்கி எழுந்து அவனைச் சமாதானப்படுத்திய உதாரணங்களும் உண்டு. இலக்கிய வாசிப்பு தரும் புலனுணர்வுக் கூர்மையைக் கூடுதலாக வாழ்க்கையில் பிரயோகிக்கிறோமா என்று அவன் சில சமயங்களில் யோசித்ததும் உண்டு. இல்லை, அவள் கண்டிப்பாக ஏதோ செய்கிறாள் என்கிற அந்தச் சந்தேக விருட்சத்தின் காற்று நாள்தோறும் அவன் நெஞ்சைக் கலைத்துக்கொண்டுதான் இருந்தது.

சில நாட்களாகவே அவனை வாட்டிக்கொண்டிருக்கும் அந்த விருட்சம் சில சமயங்களில் மாணவர்களுக்கு முழு

மனதுடன் பாடம் சொல்ல அவனுக்கு அனுகூலம் செய்து தரும். அப்படிப்பட்ட தருணம்தான் இன்று நிகழ்ந்திருந்தது. அவனுடைய விருப்ப இலக்கியத் தலைப்பான 'டிகன்ஸ்டர்கஷன்' பற்றிப் பேசுகையில் அவன் முற்றிலும் அந்த விருட்சத்தின் பிடியிலிருந்து விலகியிருந்தான். ஒரு சொல்லுக்கு நிச்சயமான பொருள் என்பதே இல்லை, சொல்லொன்றின் அர்த்தம் சதா மாறிக்கொண்டே இருக்கும். ஆகையால் மொழியென்பது ஒரு அநிச்சயமான அமைப்பு என்று கூறும்பொழுது பெண்ணியத்தில் டெரிடாவின் தாக்கம் நினைவுக்கு வந்தது. பெண்ணியத்தைப் போற்றும் தான் ஏன் மனைவியிடம் இப்படி நடந்துகொள்கிறேன் என்கிற வலி அவனை வாட்டி எடுத்தது. மூாக் டெரிடாவின் ஒரு கட்டுரையை மாணவர்களுக்குக் கொடுத்து நாற்காலியில் அமர்ந்தபோதுதான் பெண்ணியத்தில் டெரிடாவின் தாக்கத்தைப் பற்றி யோசனை வந்து அது அவனை முழுசாக ஆக்கிரமித்துப் பிற நினைவுகள், யோசனைகளுக்கு இழுத்துச் சென்றது.

அந்தப் பத்து நிமிட இடைவெளியில் அவன் மனம் இந்தியாவுக்கும் கிரேக்கத்துக்கும் சென்று திரும்பி சவுதிக்கே வந்திருந்தது. பெண்ணியத்தைப் பற்றி யோசிக்கையில் அவனுடைய தூர உறவினர் முத்து மாமா திடீரென்று அவனுக்குள் சிறகடித்துக்கொண்டு பறந்தார். முத்து என்று அழைக்கப்பட்ட முத்துச்சாமியை இவன் பார்த்து அநேகமாகப் பதினைந்து வருடங்கள் கடந்திருக்கலாம். பாலியத்தில் பார்த்தது. இவன் சவுதி அரேபியா வருவதற்கு இருபது வருடங்களுக்கு முன்பே அவர் பெங்களூருவுக்குக் குடிபெயர்ந்திருந்தார். அவரை பொள்ளாச்சி தாலுகாவே மறந்துபோயிற்று என்றுதான் சொல்ல வேண்டும். தந்தை வழியில் உறவினரான முத்து மாமாவும் கேரளத்தில் சில வருடங்கள் இருந்ததால் பிரதீஸ் வீட்டுக்கு அவர் அடிக்கடி வந்துகொண்டிருந்தார். அவர் பேச்சு, நடை எல்லாமும் பெண்களைப் போன்றே இருந்தன. பிரதீஸுக்கு அப்பொழுது பத்து வயது. கேரளத்தில் பிறந்தவன் என்பதாலோ அல்லது மலையாளிகளைப் போன்ற பெயர் உள்ளவன் என்றோ இவனைப் பார்த்தால் முத்து மாமாவுக்கு கொள்ளைப் பிரியம். இவனை எடுத்துக் கணக்கில்லாமல் முத்தமிடுவார். புதூருக்கு வந்தால் இவனைத் தூக்கிக்கொண்டே திரிவார். செட்டியக்கா பாளையம் சென்றாலும் இவனை அழைத்துச் செல்வார்.

அப்படியொரு மாலைப் பொழுதில் புதூருக்குத் திரும்பி வரும்பொழுது அவர் சாலையோர தென்னந்தோப்பில் புகுந்து

கிணற்றோரம் சைக்கிளை நிறுத்தி "மாமா குளிச்சிட்டு வர்ரேன்... இங்கேயே இருங்க" என்று கூறி மஞ்சப்பையை எடுத்துக்கொண்டு கினற்றுக்குள் இறங்கினார். பிரதீஸ் கிணற்றிலிருந்து தூரமாய்த் தள்ளி உட்கார வைக்கப்பட்டிருந்தான். கிணற்றோரம் வராதவாறு எச்சரிக்கை விதிக்கப்பட்டிருந்தது. சிறிது நேரம் கழித்து முத்து மாமா நீச்சலடிக்கும் சத்தம் கேட்டது. பிரதீஸுக்கு மாமா நீச்சலடிப்பதைப் பார்க்கும் ஆசையிருந்தாலும் மாமா சொன்னது நினைவில் வந்து பயமாக இருந்தது. 'கால் வழுக்கி விழுந்து நீரில் மூழ்கி இறந்து போய்விடுவாய்' என்று மாமா சொன்னது இவனைத் தடுத்தது. மாமா ஏதோ ஒரு பாட்டுப் பாடிக்கொண்டு, நீச்சலடித்துக்கொண்டிருந்தது அவன் ஆர்வத்தைக் கூர்மைப்படுத்திக் கிணற்றோரம் ஓட்டியது.

மெதுவாகப் போய் ஓரத்தில் நின்று கிணற்றுக்குள் எட்டிப் பார்த்தான். அந்த மங்கலான வெளிச்சத்தில் மாமா சரியாகத் தெரியவில்லை. அவர் தண்ணீரைத் தட்டிக்கொண்டு அழகாக நீச்சலடித்துக்கொண்டு பாடிக்கொண்டிருந்தார். அதொரு பெண் பாடுகின்ற சினிமாப் பாட்டு. அசலாகப் பெண் பாடுவதைப் போலவே கேட்டது. இவனுக்கு சிரிப்பு வந்து கைகளை மூடிக்கொண்டு சிரித்தான். மாமா சில நொடிகள் கழித்து படிகளில் வந்து உட்கார்ந்தார். அவரைப் பார்த்து பிரதீஸ் பயந்து அலறினான். ஆனால் அவன் கத்தியது ஆழத்திலிருந்த மாமாவுக்கு கேட்க வாய்பிருக்கவில்லை. மாமாவின் உடம்பைப் போலவே அவர் மனமும் ஆழத்திலிருந்தது. முத்து மாமா பெண்கள் போடும் உள் பாடியைப் போட்டிருந்தார். நெற்றியில் சிவப்பு ஸ்டிக்கர் ஒட்டவைத்திருந்தார். கால்களை சினிமா ஹீரோயின்களைப்போலவே தண்ணீரில் ஆட்டிக்கொண்டும் கைகளில் நீரை இறைத்துக்கொண்டும் பாடிக்கொண்டிருந்தார். ஆரம்பத்தில் இவனுக்கு அவரைப் பார்ப்பதற்குப் பயமாக இருந்தாலும் சில நொடிகளுக்குப் பிறகு சிரிப்பு வந்திருந்தது. அவருக்குக் குஞ்சுமணி இல்லையா என்கிற சந்தேகம் இவனுக்குள் அன்று தோன்றியிருந்தது.

அவர் நினைவு வர முக்கியக் காரணம் டெரிடாவோ ஃபுக்கொவாகவோ இருந்தாலும் முக்கியமாக, தானும் அவரைப்போல் பெண்ணின் குணமுள்ளவனா என்கிற பயம்தான். அதனால்தான் தனக்குக் குழந்தை பிறக்கவில்லையா என்கிற அச்சம் அவனை வாட்டி எடுத்தது.

இல்லையே... நான் அவளுடன் நன்றாகத்தான் புணர்கிறேனே... ப்ளூ ஃபிலிம்களில் வரும் ஆண்களைப் போலத்தான் செய்கிறேன். பின் ஏன்? முத்து மாமாவுக்குத் திருமணமே ஆகவில்லையென்றுதான் ஞாபகம். அவரைப் பற்றி நான் கேள்விப்பட்ட செய்திகளே வேறு வகையானவை. சித்தப்பா இறந்த பிறகு தன் சித்தியோடு தொடர்பு வைத்துக் கொண்டுள்ளதாகத்தான் மக்கள் அன்று பேசிக்கொண்டனர். கேவலமானவன் என்று அவரை எல்லோரும் ஒதுக்கி வைத்திருந்தனர். நம் வீட்டுக்கு வருவதையே அவர் நிறுத்தியிருந்தார். கோயம்பத்தூரின் சித்ராவில் ஏதோ வேகத்தில் வேலை செய்துகொண்டிருக்கிறார் என்று பேசிக்கொண்டது ஞாபகம் இருக்கிறது. இப்பொழுது எங்கிருக்கிறாரோ..!

'ச்சே... அந்தக் கேவலமான ஆள் இப்பொழுது ஏன் ஞாபகத்திற்கு வந்தார்? அம்மாவுக்கு நிகரான சித்தியோடு உறவு வைத்திருந்த அழுக்குப் பிடித்த ஆள். நம் நாட்டின் ஈடிபஸ் அவர். ஆம்... இன்று மதியம் 'அப்பிரிசியேடிங் டிராமா லெக்சர் இருக்கே? போன வாரம் ஈடிபஸ் நாடகத்தை எங்கு விட்டிருந்தேன்? டெரிடா ஈடிபஸ்ஸைப் பற்றி என்ன சொல்லியிருக்கிறார் என்று பார்க்கணும். ஹா! ஈடிபஸ் நாடகத்தை சாஃபாகிளீஸ் எழுதியதே மன்னராட்சியைக் காப்பாற்றத்தான் என்கிற யோசனை எனக்கு வந்ததே... மறந்தேவிட்டேன். ஆமாம்... இதைப்பற்றி ஒரு கட்டுரை எழுதி லிட்ரரி ஜர்னலுக்கு அனுப்ப வேண்டும்.'

ஈடிபஸ் தீப்ஸ் நகரத்தின் அரசனானதே மக்களால்தான் அல்லவா? அப்படி மக்களால் தேர்ந்தெடுக்கப்பட்டோரின் பின்னணி ஈடிபஸ்ஸைப் போன்று பாவம் கொண்டதாக இருக்கலாம் எனவும் மன்னரின் குடும்பத்தைச் சார்ந்தவரே மன்னராக வேண்டும் என்பதையும் சாஃபாகிளீஸ் கூறியிருக்கிறான். துன்பியல் நாடகத்தைக் கிரேக்க இலக்கியம் போற்றியது இக்காரணத்திற்காகத்தானா? இன்பியல் நாடகங்கள் ஆட்சியைக் கேலி செய்து கேள்விகளை உண்டாக்கி கலகத்தை எழுப்பும் என்பதற்காகவா? அரிஸ்டாட்டிலும் பிளேட்டோ கூறியதைத்தானே வேறு முறையில் வழிமொழிகிறார்? துன்பியலை முன்னிலைப்படுத்தி மன்னராட்சியைத் துதி பாடத்தானே அவர் ஈடிபஸ் நாடகத்தை உன்னதப்படுத்தினார்?! அதற்காகத்தான் ஈடிபஸ் என்கிற பெயரையும் அந்தக் கதாபாத்திரத்தையும் சாஃபாகிளீஸ் வடிவமைத்துள்ளான்.

ஈடிபஸ் கணுக்காலில் தழும்பை வைத்து பாவத்தின் சங்கிலியைப் பிறவியிலிருந்தே கொண்டுள்ள கடவுளின் அடிமை என்று கூறுகிறானோ? அல்லது சிக்மண்ட் ஃப்ராய்ட் கூறுவதுபோல் ஆண் தன் தாயுடன் உறவுகொள்ளும் ஆசையைத் தன் உடலுக்குள் வைத்திருக்கிறான் என்பதைச் சூசகமாக கூறுகிறானா? ஆமாம்... அப்படியாகத்தான் இருக்கும்... இல்லையெனில் ஜகஸ்தா ஒரு கட்டத்தில் கூறுகிறாளே, தாயோடு உறவு கொள்வது காலங்காலமாக எல்லா ஆண்களின் கனவுகளில் வரும் பழைமையான சங்கதி என்று... அப்படியானால் சாஃபாகிளீஸ் யார்? மன்னராட்சியைத் தூக்கிப் பிடிக்கும் ஆளா அல்லது மனித குலத்தின் ஆதிக்கிறுக்கல்களைக் கூறும் கலைஞனா? என்னவென்று சொல்வது? ஷேக்ஸ்பியரும் அப்படியான ஓர் ஆள்தானே? அவன் நாடகங்களை எப்படி வேண்டுமானாலும் கூறலாம். மன்னராட்சியையும் இனவாதத்தையும் போற்றும் எழுத்தாளனாகவும் ஒரு வாசிப்பில் அவன் கண்டால் அதற்கு முரணாக மற்றொரு வாசிப்பில் வித்தியாசமாகத் தெரிவதை என்ன சொல்வது? அனைத்துச் சாத்தியப்பாடுகளையும் உருவாக்குவதுதான் கலையா? டெரிடா சொல்லியிருக்கிறாரே, பிரதிக்கு வெளியில் ஏதும் இல்லையென்று. இஸ்லாத்திற்கு முன்பிருந்த அரபுக் கவிஞர்கள் அதைப்பற்றி என்ன பேசியுள்ளனர் என்பதைப் பார்க்க வேண்டும். அதிலும் என் தோழன் அபு நுவாஸ் ஏதாவது சொல்லியிருக்கிறானா என்று பார்க்கணும். ஓ! இவர்களுக்குக் கட்டுரையைப் படிக்கக் கொடுத்திருந்தோமே... மறந்தேவிட்டேன்...

மாணவரோடு டெரிடாவின் கட்டுரையை விவாதித்து அவன் அலுவலுகத்திற்குப் போய்க்கொண்டிருக்கையில் மீண்டும் அவனுள்ளிருக்கும் விருட்சம் லேசாக அசைந்து காற்றைத் தள்ளியிருந்தது.

கைபேசியில் வந்த சிறுமியொருத்தியின் பாட்டின் வீடியோவைக் கண்ட தருணம் அவனுக்குள் அந்த விருட்சம் மீண்டும் அசையத் தொடங்கியிருந்தது. ‘தன் மனைவி இப்பொழுது என்ன செய்துகொண்டிருப்பாள்?’ இதயம் படபடக்க ஆரம்பித்தது. நெஞ்சம் நொறுங்கியது. தொண்டை கவ்வியது. ‘அவன் கல்லூரிக்கு வந்திருக்கிறானா’ என்று போய்ப் பார்த்துவிட்டு வருவோமா...’ என்று எண்ணிய தருணம்தான் அவனுடைய கைபேசி ஒலித்தது. யாரென்று பார்த்தான்: சவுதி

மெக்கானிக் மைக்கேல்! 'இந்தக் கேடிப்பயல் எதற்கு இப்பொழுது கூப்பிடுகிறான்' என்று யோசித்துக்கொண்டே ரிஸீவ் செய்தான்.

அந்த அழைப்பில் கேட்ட செய்தியை ஆரம்பத்தில் நம்பாமல் சிரித்திருந்த அவன் மைக்கேலின் அஸிஸ்டென்ட் மகேசன் கூறியபோது நம்பாமல் இருக்க முடியவில்லை. ஆனாலும் அவனுக்குள் சந்தேகம் இருந்துகொண்டுதான் இருந்தது. அவர்கள் கூறிய சங்கதியை நினைத்துச் சிரித்துக்கொண்டு யாரிடமும் சொல்லாமல் டாய்லெட்டுக்குப் போனான். சிறுநீர் கழிக்க ஜிப்பைத் திறக்கும்போது அவனுக்கு மற்றொரு யோசனை வந்து அப்படியே நின்றான். 'இந்தச் சந்தேகம் என்கிற மனித உணர்வை அநேகமாக அதிகாரம்தான் விதைத்ததோ..! என் முப்பாட்டனும் அவர் பாட்டனும் அரசுப் படைகளில் இருந்தவர்கள் எனக் கேள்விப்பட்டிருக்கிறேன். என் இனத்தார் முன்பு ஊர்க்காவலர்களாகவும் இருந்திருக்கிறார்கள். போலீஸ் உத்தியோகத்தில் இன்று பெரும்பாலானோர் இருக்கிறார்கள். எனக்கும் சிறிய வயதில் போலீஸ் ஆக வேண்டும் என்றுதான் விருப்பம் இருந்தது. ஐநூறு அறுநூறு ஆண்டுகளுக்கு முன்பு மன்னனொருவன் விதைத்த சந்தேக விதைகள் இன்று என்னுள் விருட்சமாக வளர்ந்து என்னை வாழவே அனுமதிக்காமல் வதைக்கின்றனவா? ஃபுக்கோ சொல்வது சரிதான். நிஜ மனிதர்கள் என்பவர்களே இவ்வுலகில் இல்லை... மனிதன் இறந்து காலங்கள் பல கடந்தாயிற்று...'

இப்படி யோசித்த இரண்டு நிமிடங்களிலேயே பயத்தில் பதறிக்கொண்டு டாய்லெட்டின் சுவர்களை எட்டி உதைத்தவாறே அவன் கைபேசியில் ஒலியற்ற தொனியில் ஆவேசமாகப் பேசிக்கொண்டிருக்கிறான்: "டாக்டர் இதாயுதுல்லா... எங்கே இருக்கீர்? ஹாஸ்பிட்டலிலா? டாக்டர், உங்களிடம் அவசரமாக ஒரு சங்கதி சொல்லணும்... எப்படிச் சொல்வதென்று தெரியவில்லை... எனக்கு பயமா இருக்கு டாக்டர்... சொன்னா நீங்க சிரிப்பீங்க... நேரில் வந்து சொல்கிறேன். உங்கள் நண்பன் அந்த டர்மிடாலஜிஸ்ட் எகிப்துக்காரர்... என்ன பெயர் அவருடையது... ஹா... டாக்டர் அனஸ் மாஜித்... இருக்கிறாரா அல்லது வெகேஷனுக்கு போயிருக்கிறாரா? இருக்கிறாரா... உஃப்... அப்பாடா... அரைமணிக்குள் அங்கு வருகிறேன்... வந்து சொல்கிறேன் டாக்டர்..."

*

இருண்ட உலகத்தின் வெளிச்சங்கள்

பாலைவனத்துக் குளிருக்கு மகேசன் தடுமாறிச் சரியாக இன்றைக்கு எட்டு வருடங்கள் நான்கு மாதங்கள். எங்கே இருக்கிறோம், என்ன செய்கிறோம் வெளியில் இரவா பகலா ஒன்றுமே அவனுக்குப் பிடிபடவில்லை. எல்லாமும் மங்கலாகத் தெரிந்தன. தூக்கத்திலிருந்து எழுந்தவன்போல் கண்களை

அங்குமிங்கும் திருப்பிப் பார்க்க முயன்றான். தன் சவுதி நண்பன் ஸ்ஆத் மிஸ்ஃபர் எங்கே போனான், அவனுக்கு என்ன ஆச்சு, அவனுக்கும் அது நிகழ்ந்ததா என்று மகேசன் யோசிக்கும்போது மெதுவாக அனைத்தும் அவன் மன ஓடையில் மிதந்துகொண்டு வந்தன. தான் எண்ணியதுபோலவே நிகழ்ந்ததை நினைத்து அவனுக்குச் சிரிக்கத் தோன்றியது. தன் முதலாளி மைக்கேலும் தானும் பின்னிய வலை கண் முன் வந்து படுத்தபடியே அவன் குலுங்கிக் குலுங்கிச் சிரிக்கத் தொடங்கினான். அந்தச் சிரிப்பின் தொடக்கம் இப்படித்தான் ஆரம்பமானது:

துஹர் தொழுகையின் பாங்கு கேட்டவுடனே கார் ஒன்றின் அடியில் படுத்து க்ளட்ச் ப்ளேட்டைச் சரிசெய்துகொண்டிருந்த மகேசன் தன் தேகத்தைத் தரையில் தேய்த்தவாறு வெளியில் வந்தான். அடியில் போட்டிருந்த கோணிப்பையும் அவனோடு சேர்ந்து வெளியில் வந்தது. அதை உதறித்தள்ளி உடுப்பைச் சரிசெய்துகொண்டு கியாரேஜின் ஷட்டரை இழுத்து மூடிக் கழிவறைக்குப் போனான். டொயோட்டா ஹைலக்ஸ் வண்டியின் கீர் பாக்ஸ் மாற்றப்பட்டிருந்ததைச் சரிபார்த்துக்கொண்டிருந்த தன் முதலாளி மைக்கேலைப் பார்த்துக்கொண்டே மகேசன் தாழ்ப்பாளிட்டு, கால்சட்டை, ஜட்டிகளைக் கீழே தள்ளிக் குறியை எடுத்துக் கால்களை அகட்டி நின்று சிறுநீர் கழிக்கத் தொடங்கினான். அந்தச் சத்தம் அவனுக்கு நீரூற்றின் பாய்ச்சல் போன்று கேட்டது. அந்தக் கழிவறைகுழியில் விழுந்து தெறிக்கும் மூத்திரத் துளிகள் பறவைகள் போன்று அவனுக்குத் தெரிந்து நேற்று இரவு வந்த கனவை ஞாபகப்படுத்தின.

அகன்ற பாலைவன மணல் மேடுகளின்மேல் இவன் ஓடிக்கொண்டிருக்கிறான். அவனைத் துரத்தும் நூற்றுக்கணக்கான பறவைகள். அதிலும் சகர் எனக் கூறப்படும் பாலைவனக் கழுகுகள். இவன் வழுக்கி விழுந்தான். முற்றுகையிட்ட அந்தப் பறவைகள் இவனைக் கொத்தத் தொடங்கின. உடம்பைக் குதறிக்கொண்டிருக்கும்போது இவன் வீறிட்டுக்கொண்டு எழுந்தான். பயத்தால் தன் உடம்பை ஒரு முறை தொட்டுப்பார்த்துக்கொண்டிருந்தான். ‘வாழ்க்கையில் எண்ணிக்கூடப் பார்க்காத சங்கதிகள் மனிதர்களின் கனவுகளுக்குள் ஏன் வருகின்றன’ என யோசிக்கத் தொடங்கியபடி கால்சட்டையின் ஜிப் போடும்போது ஏதோ வித்தியாசம் தோன்றி மீண்டும் ஜிப்பைக் கீழே இழுத்து ஜட்டிக்குள் கைகளை

விட்டான். அலறிப்போய்க் கால்சட்டையையும் ஜட்டியையும் கீழே தள்ளிக் குனிந்து பார்த்தான். இதயம் வெடிப்பது போன்று அடித்துக்கொள்ள ஆரம்பித்தது. எகிறிக் குதித்துப் பார்த்தான். ம்ஹூம்... இருக்கவில்லை! அவன் கொட்டைகள் காணவில்லை!

அதிர்ந்து சுவரில் சாய்ந்தவாறு நின்று மீண்டும் குனிந்து பார்த்தான். 'இந்தப் பாலைவனத்து வறண்ட குளிருக்குச் சுருங்கி உடம்புக்குள் சென்றுவிட்டதா' என்று பலமாகத் தோலை இழுத்துப் பார்த்தான். கொட்டைகளிருந்த கரடுமுரடான இடம் இப்பொழுது வழவழவென இருந்ததை உணர்ந்தான்.

காதுகளுக்குள்ளும் இதயம் இருக்கிறதா என்னும் அளவுக்கு அவனை உருக்கியெடுத்த துடிப்பு அவன் முதலாளி மைக்கேல் ஜி பசலோனியிடம் அவனை ஓடவைத்தது.

மைக்கேல் அங்கு இல்லை. கியாரேஜை ஒட்டியபடி இருக்கும் அவர்களின் தங்கும் அறைக்குச் சென்று தொலைக்காட்சி பார்த்துக்கொண்டிருந்தான். ஏதோ மலையாளச் செய்திச் சானல். எப்படிச் சொல்வது என்று புரியாமல் மகேசன் கதவோரம் நின்றான். அவனை ஒரு முறை நோக்கி மீண்டும் தொலைக்காட்சிக்குள் குதித்தான் மைக்கேல். அவனுடைய அந்தப் பார்வை மகேசனுக்குள் அழுகையைத் தடுத்து நிறுத்தி நாற்காலியில் உட்காரவைத்து தொலைக்காட்சியைப் பார்க்க வைத்தது. மனதில் பெரும் குழியொன்று விரிந்துகொண்டே இருந்தது. இதயத்தைப் பிடுங்கி வெளியில் போட்டுவிடவா என்று தோன்றியது அவனுக்கு. நெஞ்சுத் துடிப்பால் பெரும் குழி விழுவதொன்றும் அவனுக்குப் புதியதில்லை.

இவ்வாறு குழி விழும்போதெல்லாம் அவன் தந்தை கண்முன் வருவார். பயம் மெல்ல மெல்லக் கோபமாக மாறும். ஒரு பெண்ணின் முகத்தைக்கூடப் பார்க்க முடியாத, ஒரு துளி பீர்கூடக் கிடைக்காத இந்தப் பாலைவன நாட்டுக்குப் பணம் சம்பாதிக்க அனுப்பிய அவர்மேல் ஆக்ரோஷம் பொத்துக்கொண்டு வரும். உடம்பு பற்றி எரியும்.

அவன் நான்காம் வகுப்பு படிக்கும்போது வீதியில் எங்கேயோ நூறு ரூபாய் பணத்தைத் தொலைத்துவிட்டான் என்று அடித்ததும், சூடு வைத்ததும் போதாதென்று அம்மணமாக்கி வீதியில் இருக்கும் வேப்பமரத்தில் கட்டிப் போட்டுவிட்டார் அப்பா. நாள் முழுதும் அவன் அழுது கூச்சலிட்டு, இனி

எப்பொழுதும் பணத்தைத் தொலைக்க மாட்டேன் என்று ‘அம்மா சத்தியம்’ செய்த பிறகுதான் அவர் அவனை வீட்டுக்கு அழைத்து வந்திருந்தார். அவனோடு படிக்கும் நசீமா அவள் தந்தையுடன் சைக்கிளில் போகும்பொழுது இவனின் அம்மணக்குண்டி கோலத்தைப் பார்த்து வாய் மூடிச் சிரித்துக்கொண்டு போயிருந்தாள். மூன்று நாட்கள் வீட்டிலே அடைந்துகொண்டு வெளியில் போகவே அஞ்சியிருந்தான். ‘வீட்டை விட்டு ஓடிப்போகலாமா?’ என்றுகூட யோசித்திருந்தான். ஓடிப்போக அவனுக்குப் பயமாக இருந்தது. அப்படி ஓடிப்போனால் என்ன நடக்கும் என்றும் கற்பனை செய்துபார்த்திருந்தான். அச்சங்கொண்டு வீறிட்டு அழுதிருந்தான். பள்ளிக்கு எவ்வாறு செல்வது என்பது மற்றொரு பிரச்னையாக அவன் மனதிற்குள் வளர்ந்திருந்தது. தன்னை அம்மணக்குண்டியாகப் பார்த்த நசீமா பள்ளியில் அனைவரிடமும் சொல்லியிருப்பாள், தான் வருவதற்கு எல்லோரும் காத்துக்கொண்டிருப்பார்கள் என்று பயங்கொண்டு இனி படிக்கப்போவதில்லை என்று அடம்பிடித்தான்; இல்லையெனில் வேறு ஏதாவது ஊரில் கான்வென்ட்டில் சேர்க்குமாறு அழுதிருந்தான்.

மறுநாள் அதே அரசுப் பள்ளிக்குத்தான் அவன் போக வேண்டியதாயிற்று. போனவன் அதிர்ச்சியடைந்து பெருமூச்சு விட்டான். அங்கு யாருக்கும் அந்தச் சங்கதியே தெரிந்திருக்க வில்லை. நசீமா யாரிடமும் கூறியிருக்கவில்லை. மதியம் இவனைப் பார்த்து அதேபோல் வாயை மூடிச் சிரித்திருந்தாள். அவளிடம் சென்று இவன் கேட்டான். அவள் ஒன்றுமே பேசாமல் ஓடியிருந்தாள். அன்று முதல் இருவரும் பழக ஆரம்பித்திருந்தார்கள். இவன் சவுதி அரேபியா வரும் ஓர் ஆண்டுக்கு முன் அவள் வீட்டுக்குச் சென்றுவந்திருந்தான். கலவரம் ஒன்றில் அவள் அண்ணன் கொல்லப்பட்டிருந்தான். சவுதிக்கு வந்த பிறகும் அவள் நினைவு அவ்வப்போது வந்துகொண்டுதான் இருக்கும்.

பாலைவனத்தின் இரவுகளில் அவையெல்லாம் ஞாபகம் வந்து அவ்வப்போது இவனைத் துன்புறுத்தும். நெஞ்சுக்குள் பெரிய குழி விழும். ‘ஒருவேளை ஊருக்குப் போகாமலே இங்கே இறந்து போனால்...’ என்றுகூட யோசித்திருக்கிறான்.

அவ்வலி நிதானமாக ஊருக்கும் பிறகு அவனுடைய குடும்பத்திற்கும் இழுத்துச் சென்று அவனுக்குள் பொறுக்க

முடியாத வேதனையைக் கொடுக்கும். அப்போது அவன் ஒரு முடிவெடுப்பான், திரும்பி ஊருக்கே போய்விடுவோம் என்று.

இந்தியாவுக்கு நாளை புறப்பட்டுவிடுவோம் என்கிற அவனுடைய அப்போதைய முடிவு மறுநாள் காலை பாலைவன மணற்குன்றுகளுக்குள் புதைந்துபோகும்.

இவற்றையெல்லாம் நன்கு அறிந்த மைக்கேல் ஜி பசலோனி தொலைக்காட்சியைப் பார்த்தவாறே "என்ன இந்தத் தடவையும் ஊருக்குப் போகலியா? வீட்டுவேலை முடித்த பிறகுதான் வரணும்ன்னாரா, உங்கப்பா?" தன் குரலை அவன் காதுகளுக்கு அனுப்பினான். இடியைப்போல் துடித்துக்கொண்டிருக்கும் அவன் காதுகளில் மைக்கேலின் பேச்சுச்சத்தம் விழுந்தவுடனே உயிர் பிழைத்து மகேசன் ஒரேமூச்சில் அழ ஆரம்பித்தான். பல வருடங்களாக இந்தியாவுக்குப் போக முடியாமல் இவன் இப்படிக் கூச்சலிடுவதைப் பார்ப்பது மைக்கேலுக்கொன்றும் புதியதில்லை. தன் அக்காவின் திருமணத்திற்கும் போகாமல் காசு அனுப்பி வாட்ஸாப்பில் ஃபோட்டோக்களைப் பார்த்துக்கொண்டு, இமோ இன்டர்நெட் வீடியோ அழைப்புகளில் அக்கா, மாமா இருவரிடமும் பேசி மகிழ்ச்சியால் குதித்து, 'அக்கா பிள்ளைகளின் பெயர்சூட்டு விழாவுக்கோ, காதணி விழாவுக்கோ ஊருக்குப் போகிறேன்' என்று கூறியதையும் மூன்று வருடங்களுக்குப் பிறகு அறைக்குள் அவன் அழுதுகொண்டிருந்தது என்று அனைத்தும் மைக்கேலிற்கு நன்றாகத் தெரியும். அவனைச் சமாதானப்படுத்தி தன் வாழ்க்கையின் பாதைகளை அவன் முன் மைக்கேல் விவரித்திருக்கிறான்.

மைக்கேல் அவனையே பார்த்து "டிக்கட் கேன்சல் செய்யணுமா?" என்றான். அழுதுகொண்டே மைக்கேலின் கண்களைப் பார்த்தவாறே மகேசன், 'இல்லை'யென தலையசைத்தான். "உங்கம்மா ஏதாவது..?" என்கிற மைக்கேலின் அந்தக் கேள்வி மகேசன் துயரத்தை இரட்டிப்பாக்கிக் காற்றில் பறந்து அவனைக் கொத்த ஓடின. காலின் பெருவிரலை அழுத்திக்கொண்டு மகேசன் "...ண்ணா... கொட்டை காணாம போயிடுச்சுன்னா..." என்று கூறியபடி மனம் விட்டுச் சத்தமாகக் கதறினான். மன இறுக்கத்திலிருந்து சற்று விடுவித்துக்கொண்டதுபோல் தோன்றி அழுகையின் மத்தியிலே ஒரு சின்னப் பெருமூச்சும் விட்டான்.

மகேசன் சொன்னது புரியாமல் தன் முட்டைக்கண்களால் அவனை விழுங்கிக் கோபத்தின் உச்சியை ரசித்தவாறு, "என்ன?! பேரீச்சம்பழக் கொட்டை காணம்னு இப்படி அழுவ்றியா? சூட்கேஸில் ஏதாவது வெச்சியோ என்னவோ, போய்த் தேடு" என்று சொல்லியபடி எழுந்து சமையலறைக்குப் போய் கை கழுவத் தொடங்கினான். தன் வீட்டின் கொல்லத்தில் பேரீச்சம்பழ மரத்தை வளர்க்க வேண்டுமென்று மூன்று ஆண்டுகளாய் மகேசன் பேரீச்சம்பழக் கொட்டைகளைச் சேகரித்துக்கொண்டிருந்தான். 'அவற்றைத்தான் காணவில்லையென்று அழுகிறான்' என்றே எண்ணியிருந்த மைக்கேலுக்கு திடீர் என்று மகேசன் மேல் கோபம் பொத்துக்கொண்டு வந்தது. 'இரண்டு நாட்களாக ஏன் இப்படி நான் கோபப்படுகிறேன்?' என்று தன்னையே அவன் கேட்டுக்கொண்டான். 'மகேசன் ஊருக்குப் போவதாலா? அல்லது நான் போக முடியாத இயலாமைக்கா? இவன் திரும்பி வராமல் ஏதாவது ஊரிலே தங்கிவிட்டால்? நான் கொடுத்த சம்பளத்திலே வீடு கட்டிவிட்டான் என்றா? என்னவென்றே தெரியவில்லை. இவனைப் பார்த்தாலே இரண்டு மூன்று நாட்களாய்க் கோபம் வருவது ஏன்? பேரீச்சம்பழக் கொட்டைகளுக்கெல்லாம் அழும் அவனுடைய சிறுபுள்ளைத்தனத்திற்கா?!'

மைக்கேல் பின்னாலேயே போன மகேசன், "நான் சொன்னது அந்தக் கொட்டையில்லைண்ணா..." என்று அவன் யோசித்ததை எண்ணியதுபோல மைக்கேலின் கண்களை அவன் பக்கம் இழுத்தான். குக்கரில் அரிசியைப் போட்டுக்கொண்டிருந்த மைக்கேல், மகேசனையே பார்த்து "பின்னென்ன, உங் கொட்டையாடா?" மகேசனைத் தாக்கினான். இரண்டு நாட்களாய் ஏன் இவ்வாறு அண்ணன் எதைக் கேட்டாலும் எரிந்துவிழுகிறார் என்று புரியாமல் மகேசனுக்குக் கோபம் மூக்கு நுனியில் எகிறிக் குதித்தாலும் தன் பிரச்னைக்குக் கண்டிப்பாக இவர் தீர்வு காண்பிப்பார் என்னும் நன்நம்பிக்கையால் மனதைக் கட்டுப்படுத்திக்கொண்டு "ஆமாண்ணா... எங்கொட்டைதான்..." என்று சட்டெனக் கூறித் தலை குனிந்தான். பேச்சு மூச்சில்லாத அண்ணனின் முகத்தைப் பார்க்க மெதுவாகத் தலையை தூக்கிக் கள்ளக்கண்களால் பார்க்க முற்பட்டான்.

மைக்கேல் அவனையே பார்த்துக்கொண்டிருந்தான். அவன் முகத்தில் கோபம் கனிந்து தொங்கிக்கொண்டிருப்பதைக் கண்டவுடனே மகேசன் தன் கால்சட்டையும் ஜட்டியையும்

இழுத்துத் தள்ளி முதுகைப் பின்தள்ளி இடுப்பை முன்னிறுத்தி கால்களை அகற்றி, "நீயே பார்ண்ணா..." என்று வலியோட சேர்ந்துகொண்ட வெட்கத்திலும் சந்தோசமடைந்தான்.

மைக்கேல் திகைத்து நின்றான். மகேசனின் உடம்பில் ஆண்குறி மட்டும் அனாதையாய்த் தொங்கிக்கொண்டிருந்தது. அதைக் கண்டு சிரிப்பைத் தாங்கமுடியாமல் நெஞ்சைக் குலுக்கிச் சிரித்துக்கொண்டே மகேசனிடம் போய் உட்கார்ந்து தலை நிமிர்த்திப் பார்த்தான். அங்கு கொட்டைகள் இல்லை. "ஆமாண்டா மகி... நீ சொன்னது நெசந்தான்" என்று சிரித்தான், கொட்டைகளில்லா வழுவழுத்த இடத்தை இழுத்துப் பார்த்து. "என்னடா ஆச்சு? ஒண்ணுமே புரியமாட்டேங்குதே... இப்படி நடந்த ஒரு செய்தியை இதுவரை நான் கேட்டதில்லையே..." சிரிப்பு நிற்காமல் அவனைக் குலுக்கிக்கொண்டு படுக்கை அறைக்குத் தூக்கிக்கொண்டு சென்றது. அவன் பின்னாலே ஓடிய மகேசன் அறையின் சுவரில் சாய்ந்து நின்றான். 'இந்தச் சுவர்களுக்காவது செவிகள் இருந்திருக்கக் கூடாதா?' என்று உரக்க அழுதுகொண்டு திரும்பி நின்று சுவரைத் தழுவ முயற்சித்தான். சுவரின் கடும் தணுப்பு அவன் கன்னங்களை வாரி அணைத்துக்கொண்டது. அந்தப் பலத்த அணைப்பைத் தாங்கமுடியாமல் அப்படியே வழுக்கித் திரும்பி உட்கார்ந்தான். தன்னைத்தானே ஆசுவாசப்படுத்திக்கொண்டு மைக்கேலைப் பார்த்தான். தன் முதலாளியின் சிரிப்பைப் பார்த்து இவனுக்கும் சிரிக்கத் தோன்றியது. சிரிப்பால் மகேசனை மைக்கேல் கொன்றுகொண்டிருந்தான்.

'இந்த மூதேவிக்குக் கொட்டைகள் போயிருக்கக் கூடாதா? அவை இருந்து இவனுக்கு என்ன பயன்? புள்ளைகுட்டிகளைப் பெத்துப்போட்ட பிறகு இவனுக்கு அவை இருந்தா என்ன, இல்லைன்னா என்ன? வாழ்க்கையில் ஒன்றுமே பார்க்காத எனக்கு இப்படி நடக்க வேண்டுமா? ஓ..!'

புதியதொரு பயம் மகேசனை திடீரென்று தொற்றிக் கொண்டது. கட்டிலில் புரண்டு சிரித்துக்கொண்டிருக்கும் மைக்கேலைப் பார்த்து "கொட்டைகளில்லாம நான் செத்துப் போயுருவேனாண்ணா?" என்று அலறினான்.

மைக்கேல் எழுந்து உட்கார்ந்து சிரிப்பைக் கஷ்டப்பட்டு நிறுத்தி, "ஒரு மயிரும் ஆகாது... தைரியமா இரு... குஞ்சை

வெட்டினாலும் பிழச்சவங்க இருக்காங்க... ஊருக்குப் போனவுடனே ஆஸ்பத்திரிக்குப் போ... டாக்டரு சரிசெய்வாங்க... அது சரிடா மாகி, உன் கொட்டைகள் எங்கடா போச்சு? நேத்து சொன்னியே, அதென்னமோ கனவு கண்டேன்னு! கனவில் வந்த அந்தப் பறவைகள் கொத்திட்டுப் போயிடுச்சுகளா?" இடைவிடாத சிரிப்புக்குள் மீண்டும் அகப்பட்டு மகேசனைப் பார்க்கப் பாவமாய்த் தோன்றி, "டாக்டர்கள் சரி செய்வாங்க, பயப்படாதே" எனக் கூறி மீண்டும் சிரிக்க ஆரம்பித்தான் மைக்கேல்.

வியப்படைந்த மகேசன் "இதுக்கெல்லாம் வைத்தியம் இருக்காண்ணா?" என்றபோழுது அவன் உதடுகள் பலாவின் இரண்டு பிளவுகளாய் விரிந்தன. அடிவயிற்றிலிருந்து குதித்தெழும்பிய சிரிப்பை நெஞ்சிலே அடக்கி "பின்னே? என்னான்னு நினைச்சே, இப்போதைய மருத்துவ வளர்ச்சியை! என்ன வேண்டுமானாலும் இன்னைக்கு மாத்திடுவாங்க... செத்துப்போன மனிதனுடைய இதயத்தையே எடுத்து இதய நோய் இருக்கிறவங்களுக்கு வச்சி பிழைக்க வெச்சிடுவாங்க... தெரியுமாலே? இந்த இத்துனூண்டு கொட்டைக்குப் போய் இப்படி அழறியே.. ரிப்பேரான எஞ்சினை நம்ம மாத்த மாட்டோமா, அப்படித்தான்" என்றான் மைக்கேல்.

இதைக் கேட்டவுடன் மகேசன் முகத்தைச் சுளித்து, "அப்படீன்னா, செத்தவங்க புடுக்கை வெப்பாங்களாண்ணா எனக்கு?" என்று மெலிந்தான். இதைக் கேட்டதுமே சத்தமாகச் சிரித்த மைக்கேல் ஜி பசலோனி மீண்டும் மகேசனுக்குக் கோபத்தின் விதைகளை எறிந்தான். அவற்றைப் பொறுக்கிக்கொள்ள உடனே மனம் விரும்பினாலும் அதன் சிறகுகளை வெட்டி மௌனங்கொண்டு மைக்கேலின் பதிலைக் கேட்க மகேசன் பரவசங்கொண்டான்.

ஆசை தீர்ந்திருந்தாலும் செங்குத்தாக நிற்கவே விரும்பும் சிரிப்பின் பிடியிலிருந்து சற்று விடுபட்டு மகேசனைப் பார்த்தான் மைக்கேல். சுருண்டுபோயிருந்த மகேசன் முகத்தைப் பார்க்க அவனுக்குக் கஷ்டமாக இருந்த காரணத்தினாலோ என்னவோ, குரலைக் குறைத்துக்கொண்டு, "அதெல்லாம் டாக்டர்கள் முடிவு செய்வாங்க... ரெண்டு நாள்ல ஊரிலிருப்பியில்லையா... வுடு. இல்லைன்னா, இங்கேயே ஆஸ்பத்திரிக்கு போவோமா? புறப்படு... நம் தமிழ் ஆள் ஒருத்தர் புதுசா வந்திருக்காரில்லையா...

கண்டிப்பா உதவுவார். பார்க்க நல்ல ஆளு மாதிரிதான் தெரியறார். புறப்படு... போவோம்..." என்று கூறிக்கொண்டே எழுந்தான். அப்பொழுது அவனுக்கு மகேசனின் அநாதைக் குஞ்சு கண் முன் வந்தது. சிரிப்பு மீண்டும் சிலிர்த்தெழுந்து அவன் மனதிற்குள் பாய்ச்சலை நிரப்பியது. அவன் மனைவியின் தேகம் கண்முன் வந்து புதியதோர் இம்மையை உருவாக்கியது. அதன் பிடிப்பால் இழுக்கப்பட்டு கழிவறைக்குச் சென்றுகொண்டிருந்தவன் அப்படியே நின்றான்.

மைக்கேல், கழிவறைக்கு உடனே போக விரும்பியதற்கும் போகாமல் நின்றதற்கும் காரணங்களுண்டு. சற்றுமுன் பார்த்த மகேசனின் அநாதைக் குறி இவனுக்குள் மனைவியின் ஈர்ப்பை உண்டாக்கி அதைத் தணிக்க கழிவறையை நோக்கி நடந்திருந்தான். ஆனால் அப்படிப் போனால் தேகத்தின் வேட்கையைத் தணிக்க சுமார் ஒரு மணியாவது தேவை என்பது அவனுக்கு நன்றாகத் தெரியும். மூன்று நான்கு வருடங்களாக ஒற்றையில் தவிக்கும் அவனுக்கு அவ்வப்போது சமாதானம் தருவது அவன் கைகள்தான். ஆரம்பத்தில் அது அவனுக்குக் கஷ்டமாகத்தான் இருந்தது. ஆனால் நாட்போக்கில் அது பழக்கமாயிற்று. தன்னைப் போன்ற குடும்பத்திலிருந்து தூரம் வசிக்கும் நூற்றுக்கணக்கான ஆட்கள் தம்மைத்தாமே இப்படித்தான் சமாதானம் செய்துகொள்கிறார்கள் என்று ஆறுதல் கூறிக்கொண்டான். 'செல்வத்தைத் தேடிக்கொண்டு வாழ்வின் உண்மையான செழிப்பை இழந்துவிட்டேனா' என்றும் யோசித்திருக்கிறான். 'மன நிம்மதியில்லாமல் எவ்வளவுதான் சம்பாதித்து என்ன ஆகப்போவது' என்று வருந்தியும் இருக்கிறான். 'செல்வத்தை அடையப் போய் வாழ்க்கையில் தோற்றிழந்து நிற்கிறேனா' என்று எண்ணிய தருணங்களுமுண்டு. அந்த வருத்தம் துன்பமாய் மாறி இரண்டு வருடங்கள் கடந்திருந்தன.

அந்தத் துன்பம்தான் அவனை இப்போது கழிவறைக்குப் போகாமல் தடுத்திருந்தது. இந்த இரண்டு வருடங்களில் பாலியல் உணர்வால் அவன் உந்தப்படுவது குறைந்துபோயிருந்தது. படுத்தே இருக்கும் அதை எழுப்ப அவனுக்குக் குறைந்தபட்சம் நாற்பது நிமிடங்கவது தேவை. மனதிற்குள் ஆசை துள்ளிக் குதிக்கும்; ஆனால் நிமிர்ந்து நிற்க அது மறுக்கும். அதைத் தட்டி எழுப்பத் தேவைப்படும் கால அவகாசம் அவனுக்கு எரிச்சலைத் தந்து உள்ளிருக்கும் ஆசையே குப்புற விழுந்துவிடும்.

கண் முன் காணும் வாழ்க்கை அப்போது வெறிச்சோடிக் கிடப்பதுபோல் அவனுக்குத் தோன்றும். வாழ்க்கையில் கடந்து சென்ற பெண்கள் ஞாபகத்திற்குள் உலா வந்து அவனை வாட்டி எடுப்பார்கள். அவர்களின் முலைக்காம்புகள் கண்களைக் குத்தி இவனைக் கலங்க வைக்கும். அவர்களையும் நினைத்துக்கொண்டு யத்தனிப்பான். ஆனால் ஆசை மட்டும் படுத்தபடியாகவே இருக்கும். அப்போது சீற்றங்கொண்டு கொந்தளிப்பான். தன் உடற்பசி வற்றிப்போயிற்றா என்று அச்சங்கொள்வான். அது பிறருக்குத் தெரிந்துவிடுமோ என்று ஆதங்கப்படுவான்.

அப்படி ஏக்கம் கொண்டுதான் இப்பொழுது அவன் கழிவறைக்குப் போகாமல் நின்றது. 'இந்தச் சங்கதி எங்கே மகேசனுக்கு தெரிந்துவிடுமோ?' என்று பதறி அப்படியே திரும்பி சமையலறைக்குப் போய் காய்கறிகளை நறுக்கிக்கொண்டிருந்தான், சாப்பிட்ட பிறகு ஆஸ்பத்திரிக்குப் போவோம் என்கிற முடிவுடன்.

படுக்கும் அறையை எட்டிப் பார்த்தான். மகேசன் மேற்கூரையையே பார்த்துக்கொண்டு தரையில் படுத்திருந்தான். அவன் இடுப்பைப் பார்த்து சிரிப்புத் தாங்கமுடியாமல் சமையலறைக்கு ஓடி வாயை மூடிக்கொண்டு சிரிக்கத் தொடங்கினான். சிரிக்க அவனுக்கு சுகமாக இருந்தது. வயிற்றைப் பிய்த்தெடுத்த அந்தச் சிரிப்பு அவனைத் தரையில் தள்ளி அலாதியான அனுபவமொன்றைக் கொடுத்தது. ஆனால் அந்த அற்புத அனுபவம் சொற்ப நொடிகளிலே பயமாக உருவெடுத்து அவனை அடியிலிருந்து முடிவரை நடுங்கவைத்தது. தனக்கும் ஒருவேளை கொட்டைகள் காணாமல் போயிற்றா? தரையில் உட்காரும்பொழுது கொட்டைகளில்லாததுபோல் தோன்றி சமையலறையின் கதவை மெதுவாக அடைத்துக் கால்சட்டையை அகற்றி ஜட்டியை வேகமாகக் கீழே இழுத்துக் கைகளை வைத்துப் பார்த்தான். அவன் எண்ணியதுபோலவே கொட்டைகள் இருக்கவில்லை. அதிர்ந்து, எகிறிக் குதித்து வெளியில் ஓடினான்.

விழுந்து விழுந்து சிரிக்கும் முறை இப்பொழுது மகேசனது. இருவரும் ஒருவரை ஒருவர் பார்த்துக்கொண்டு சிரித்துச் சிரித்து சோர்ந்துபோய் 'நம் கொட்டைகள் காணாமல் போனது எவ்வாறு?' என்று யோசிக்கத் தொடங்கினர்.

கொட்டைகளின் விஷயத்தை மகேசன் சொன்னதால்தான் தனக்கும் அது காணாமல் போனது என்பது மைக்கேலின்

வாதம். மகேசனுக்கு அது சரி என்று தோன்றினாலும் தனக்கு அது எப்படி நிகழ்ந்தது என்று தெரியாமல் தலையைப் பிய்த்துக்கொண்டிருக்கும்போது அடிக்கடி விபத்தில் துடிக்கும் தேகமொன்றின் காட்சி கண் முன் வருவது அவனுக்கு வியப்பைத் தந்தது.

அந்தக் காட்சி கனவா உண்மையா என்று தெரியாமல் குழம்பியபோது "மகேசா, இந்தச் செய்தியை யாரிடம் சொல்லலாம்? யோசி... ங்ஙோத்தா, அவனுங்க கொட்டைகளும் காணாமல் போகட்டும்..." என்று கூறும் மைக்கேல்லின் தொனி அவன் காதுகளில் பால் வார்த்தது.

மகேசனுக்கு இது வேடிக்கையாகத் தோன்றியது.

அதுவும் சரிதான் என்று தோன்ற அதிக நொடிகள் வேண்டியிருக்கவில்லை!

'நமக்கு யார் யார் தொந்தரவு கொடுத்தாங்க, அவுங்களுக்கு எல்லாம் ஃபோன் போட்டு விஷயத்தைச் கூறுவோம்' என்கிற முடிவெடுத்தார்கள். யார் யாருக்கு முதலில் ஃபோன் போட வேண்டும் என்பதை ஒரு நீண்ட சர்ச்சை நடத்தி கடைசியில் தம்மையும் தம் வேலைகளையும் துச்சமாகப் பார்க்கும், தங்கள் வேலையைப் பற்றி வெளியில் அவதூறுகளைப் பரப்பும் கல்லூரி புரஃபசர் பிரதீஷுனுக்கு முதலில் கூறுவது என்று முடிவானது. விஷயம் தெரிந்ததும் அவன் சும்மா இருக்கமாட்டான், உடனே பலருக்கு அழைப்பான். அனலாய்ப் பறந்து அச்செய்தி கேட்போரின் கொட்டைகளையும் காலியாக்கும் என்று இருவரும் சிரிப்பைத் தூர் இறைத்துக்கொண்டிருந்தனர்.

ஆனால் மகேசன் சற்று நிமிடம் மௌனமாய் உட்கார்ந்தான். ஒரு சங்கதி அவனை விரட்டியடிக்கத் தொடங்கியது. 'மாணவர்களுக்குக் கல்வி கற்றுக்கொடுக்கும் ஆசிரியருக்குத் தாங்கள் செய்த ஏமாத்து வேலைகளுக்குத்தான் கடவுள் தங்களுக்கு இந்தத் தண்டனை கொடுத்திருக்கிறானா?' என்று அவனுக்குள் தோன்றி அதை மைக்கேலிடம் சொல்லி வருந்தினான். மைக்கேல் சிரித்து, "அப்படி எந்த மயிரும் இல்லை. மூடிக்கிட்டு உக்காரு. அந்தக் கடவுளுங்கற தேவிடியாப் பய இருந்தா நாம எதுக்கு இப்படி நாடு விட்டு நாடு வந்து சிரமப்படணும். உனக்கு எத்தனை தடவடா சொல்றது, இந்த உலகம் எல்லாம் பணக்காரங்க விளையாடற விளையாட்டுன்னு... அவங்க

முன்னாடி நம்ம விளையாட்டெல்லாம் தோத்துக்கிட்டேதான் இருக்கும். ங்கோத்தா, இந்த விளையாட்டில நாம அவங்களை தோக்கடிக்கணும்... பணக்காரனுங்களாப் பாத்து ஃபோன் போடுற, சொல்றே...” என்று புரஃப்பசருக்கு அழைத்தான்.

மகேசனும் தன்னைச் சீண்டியவர்கள் யாராரென்று பட்டியலிட்டு இவர்களுக்கெல்லாம் மூலப்புள்ளி எது என்று கணக்கிட்டு தண்ணிவண்டி அப்துல்லா உசேனுக்குப் போட்டால் அது தொடர்ந்து செல்லும் என்று முடிவெடுத்து அப்துல்லாவை அழைத்தான்.

அடுத்தநாள், விமானம் ஏறி உட்கார்ந்தபோதும் மகேசனுக்கு இந்தியாவுக்குப் போகும் மகிழ்ச்சியைவிட அந்த புரஃப்பசர், அப்துல்லா இருவரும் தவிப்பதைக் கற்பித்துக்கொண்டு வாய் நிறையச் சிரித்தான். கொட்டை மிஸ்ஸிங் விஷயத்தை இந்தியாவுக்குப் போனதும் யார் யாரிடம் சொல்லவேண்டும் என்பதை அப்போதே பட்டியல் போட்டு வைத்துக்கொண்டிருந்தாலும் தனக்கு எதிரே வரும் ஒவ்வொருவரையும் பார்த்து இவருக்குச் சொல்லவா? அவருக்குச் சொல்லவா என்று தோன்றுவதும், சொல்லிச் சொல்லி இந்த உலகில் எல்லா ஆண்களின் கொட்டைகளையும் காணாமல் செய்துவிடலாமா என்றும் தோன்றி கிளுக் என்று சிரித்தான். அந்தச் சிரிப்பிலே மயங்கிக் கண்களை மூடினான். இரண்டு நாட்களாய் தூங்காத சலிப்பு அவனை மெதுவாகத் தூங்க வைத்தது. வாழ்க்கையில் அவனுடைய இந்த இரண்டாவது விமானப் பயணம் ஆர்வமில்லா குதூகலமாக மாறியிருந்தது.

கண்களுக்குள் உறக்கம் ஓங்கி நிற்கையில் வெள்ளை நிற மதில்களும் பறக்கும் மனிதரும் மங்கலாக அவ்வப்போது வந்துகொண்டிருந்தார்கள். பதூவன் அரேபி ஸ்ஆத் மிஸ்ஃபர் வானிலிருந்து அவன் கண்களுக்குள் விழும் படிமம் அவன் தூக்கத்தைக் கலைத்துக்கொண்டே இருந்தது.

கண்களை முழுதாக அவன் திறந்தது இமிக்ரேஷன் முடித்து லக்கேஜை எடுத்துக்கொண்டு வெளியே வரும்போதுதான்.

அவனை யாரோ அழைத்தார்கள்.

திரும்பிப் பார்த்தான். “ஓய்... பாய், ஆவோ இதர்! கஸ்டம்ஸ் க்ளியர் கரோ... யூ பிளாடி பெக்கர்” என்று யாரோ

ஒருவன் கூவினான். அப்பொழுதுதான் தன் முதலாளி மைக்கேல் சொன்ன விஷயம் அவனுக்கு ஞாபகத்திற்கு வந்தது. 'இமிக்ரேஷன் முடிந்ததும் எல்லாம் முடிந்துவிட்டது என்று எண்ண வேண்டாம், லக்கேஜை எடுத்துக்கொண்டு வெளியே போகும்போது கஸ்டம்ஸ் க்ளியரென்ஸ் சுங்கச்சாவடியைக் கடக்க வேண்டும். தங்கம் கிங்கம் பணம் கிணம் எடுத்துக்கொண்டு போகிறாயோ என்பதைச் சொல்லவேண்டும். நம் பெட்டி, பைகளை ஸ்கேன் செய்வார்கள்' என்று சொல்லியிருந்தான்.

தன் சூட்கேசுடன் முதலாளி மைக்கேல் கொடுத்திருந்த அட்டைப்பெட்டிகளை வைத்திருந்த ட்ராலியைத் தள்ளிக் கொண்டு அந்தப் பக்கம் சென்றான். சுங்க அதிகாரிகள் எதையோ ஆங்கிலத்தில் பேசிக்கொண்டிருக்கும்போது மகேசன் தன் பெட்டிகளை ஸ்கேனுக்கு வைத்தான். அவர்கள் இவனையே பார்த்து ஏதோ பேசிக்கொண்டிருந்தது மகேசனுக்குள் சிறிய பயத்தைத் தந்தது. அங்கே இருந்த மூன்று மனிதர்களில் ஒருவன் மட்டும் ஏதேதோ பேசிக்கொண்டு பேக்கேஜுகளை மற்றொரு முறை ஸ்கேன் செய்ய வேண்டுமென்று மிரட்டினான். மகேசன் மறு பேச்சில்லாமல் பேக்கேஜுகளை ஸ்கேன் இயந்திரத்திற்குள் வைத்தான். அந்த மூவரும் எதையோ பேசிக்கொள்வது மகேசனின் உடம்பை கடகடவென்று நடுங்க வைத்தது. தன் முதலாளி மைக்கேல் எதையாவது அந்தப் பெட்டிக்குள் வைத்திருக்கிறானா? தங்க பிஸ்கட்கள்? ச்சே! இருக்காது... போன மாதம் மகளைப் பள்ளியில் சேர்க்கமுடியாமல் புலம்பிக்கொண்டிருந்தான்! யார் யாரிடமோ கடன் வாங்கி இந்தியாவிற்குப் பணம் அனுப்பியிருந்தான்! ஏதோ சொன்னானே... என்ன அது? ஒரு பாக்ஸை யாரிடமோ கொடுக்கச் சொன்னான். அந்த பாக்ஸ் அவனுடையதல்ல... இல்லை, அவனுடையதுதான்... அப்படி நடித்தான்... அந்த பாக்ஸில் ஏதாவது..?'

மிரட்டிய அதிகாரி கணினித் திரை மீது எதையோ காட்டி மற்றவரிடம் என்னமோ சொல்லிக்கொண்டிருந்தான். அவர்களில் ஒருவன் வந்து பாக்ஸைத் திறக்கச் சொன்னான். மகேசனுக்கு உடம்பெல்லாம் தீப்பிடித்ததைப் போலத் தோன்றி நடுங்கிக்கொண்டே சீல் செய்யப்பட்ட அந்த பாக்ஸைத் திறந்தான். இரண்டு அதிகாரிகள், ஒன்றொன்றாக அந்த பாக்ஸில் இருந்த பொருட்களை எடுத்தார்கள். சோதித்துக்கொண்டே முடிச்சை அவிழ்த்துப் பார்த்தார்கள். நெஞ்சம் அடித்துக்கொள்வது

மகேசனின் காதுகளுக்குத் தெளிவாகக் கேட்டது. 'அந்த 'சுவர்கே பச்சா' மைக்கேல் என்னத்தை வைத்திருக்கிறானோ..?'

அட்டைப்பெட்டியிலிருந்த எல்லாப் பொருட்களையும் பிரித்துப் பிரித்துப் பார்த்தாலும் அவர்கள் விரும்பியது கிடைக்கவில்லை.

"ம் எடுத்துக்கிட்டுப் போ" என்று ஹிந்தியில் சொன்னபோது மகேசனுக்கு சமாதானம், கோபம் இரண்டும் மிதந்துகொண்டு தொண்டைக்கு வந்தன. ஒரு நொடி அந்த அதிகாரிகளையே பார்த்தான். யாரும் இவனை கண்டுகொள்ளவில்லை. சிதறிக்கிடந்த பொருட்களை ஒன்றொன்றாக எடுத்துப் போட்டுக்கொண்டே இவனுகளுக்கு நம் வித்தையைக் காட்டுவோமாஎன்று நினைத்தான். எப்படி? வழி தெரியாமல் தடுமாறிக்கொண்டிருக்கும்போது அவனுக்குள் ஒரு வசியம் வலைவீசத் தொடங்கியது. சுங்கச்சாவடியின் ஸ்கேனர்களில் தம் பெட்டிகளை வைத்து சத்தமில்லாமல் சென்றுகொண்டிருந்த ஆட்களைப் பார்த்ததவுடனே அவனுக்குள்ளிலிருந்த வலை நங்கூரமாக மாறியது. மனதின் ஆழத்தில் அதைக் குத்தி விமான நிலையத்தின் மத்தியில் தன் கப்பலை நிறுத்தினான். தொண்டைக்குளிருந்த வலையை எடுத்து வீசினான். திமிங்கலங்கள் இப்பொழுது விழும் என்னும் நன்னம்பிக்கையில் நிரம்பி நின்றான்.

தன் தேகத்தைக் குலுக்கி அவன் சத்தமாகச் சிரித்தான். அந்த விகாரமான சிரிப்பை எதிர்பார்த்திராத சுங்க அதிகாரிகள் மகேசனிடம் திரும்பினார்கள்.

'மீன்கள் விழுந்துவிட்டன' என்று மீண்டும் சிரித்து கால்களை அகட்டி நின்றுகொண்டு "மே ஜாதாஹூ ஷார்" (நான் போகட்டுமா, சார்?) என்றான்.

மகேசன் நின்ற தோரணையைக் கண்கொட்டாமல் பார்த்த மிடுக்கான அதிகாரி தன் கீழுள்ள அதிகாரிகள் பக்கம் திரும்பினான்.

மறு நிமிடம் ஒரு அறைக்குள் மகேசன் தள்ளப்பட்டான். அங்கே தடித்த தேகத்தின் ஓர் ஆஜானுபாகு மனிதன் தன் கையில் ஏதோ ஒரு கருவியை வைத்திருந்தான். மகேசன் ஊகித்தபடி அந்தக் கருவி அவன் உடம்பு முழுவதையும் ஸ்கேன்

செய்தது. மகேசனுக்கு சிரிப்பு பொத்துக்கொண்டு வந்தாலும் நெஞ்சம் அடித்துக்கொண்டது. பாதங்களில் இருந்து தொடங்கிய அந்தக் கருவி மெல்ல ஏறி தொடைகளுக்கு இடையே வந்து மகேசனுக்கு கிச்சுக்கிச்சு மூட்டியது. இனி அந்த இடத்தைத் தொட வேண்டும் என்றபோது இவன் தொடைகளை இறுக்கிப் பிடித்து நின்றான்.

“கால்களை அகட்டி நில்லுடா...” என்றது அந்தத் தடித்த ஆசாமியின் குரல்.

கால்களுக்கு நடுவே குறியின் கீழே அந்த ஸ்கேனர் போனது. மகேசனால் பொறுத்துக்கொள்ள முடியவில்லை. கொட்டைகளிருந்த இடத்தை அது தொடும்போது கூச்சலிட்டான்.

“எதுக்கு சார் இப்படிச் செய்யறீங்க?”

“ம்...உனக்கு குஞ்சு இருக்கா இல்லையான்னு பரிசோதிக்கத்தான்...தேவிடியாப் பயலே, நாடகமா ஆடற... குண்டிக்குள்ள தங்க பிஸ்கெட் வைச்சுக்கிட்டு வந்திருக்கயா? சொல்லிடு, இல்லைன்னா பொச்சுல தடியை வைச்சு ஏத்திருவோம்.”

“என்ன சார்... தங்கமா? போங்க சார்... கியாரேஜில வேலை செய்யறவங்ககிட்ட தங்க பிஸ்கெட் எப்படி வரும்!?”

“மூட்றா... நாங்க ஒண்ணும் கூமுட்டைகள் இல்லை. மாசம் ஒரு முறை உன்னைப்போல ஐந்து பேராவது கிடைக்கறானுங்க. அது எப்படிடா குண்டிக்குள்ளே பிஸ்கெட்டை திணிச்சுக்கிறீக... அஞ்சு, பத்தாயிரம் கமிஷன் கொடுக்கராங்கன்னு இப்படி செய்யறீங்களே, ஏதாவது உள்ள மாட்டிக்கிச்சுன்னா என்னடா செய்வீங்க? வாயில பேள வேணும்.”

“என்ன சார் நீங்க, பொச்சுலே தங்கத்தை திணிச்சுக்கிட்டு வந்திருக்கேங்கற மாதிரி பேசறீங்க. எங்களைப்போல ஏழைங்களை மட்டும் இப்படி செக் பண்ணுவீங்க, கோட்டு சூட்டு போட்டவங்களை கண்டுக்காம விட்டுடுவீங்க... அப்படித்தானே சார்?”

விரித்திருக்கும் வலையைத் தூக்கும் நேரம் வந்துவிட்டது என்று முடிவு செய்து மகேசன் அந்தத் தடித்த ஆளையே பார்த்தான். அவன் கண்கள் மஞ்சள் வண்ணத்தைப் பூசிக்கொண்டு அங்குமிங்கும் அலைந்துகொண்டிருந்தது. அவன்

உடம்பை எல்லாம் ஸ்கேன் செய்த பிறகு "...ண்ணா உங்க சாரை கூப்பிடுங்க, சொல்றேன்" என்றான்.

"எங்கிட்ட சொல்லுடா என்னான்னு?"அவன் உதட்டைக் கடித்தான்.

"இல்லண்ணே! உங்களைப் பாத்தா பயமா இருக்கு... அவங்களைக் கூப்பிடுங்க. இல்லைன்னா உங்களப் பத்தி எதையாவது எழுதிவைச்சுட்டு இங்கயே தற்கொலை செஞ்சுக்கு வேன்..." என்று அவனையே பார்த்தான்.

யானையைப் போன்ற அந்த மனித உடம்பு மகேசனையே சிறிது நேரம் முறைத்து, மௌனமாகப் பாதங்களை ஊன்றி நகர்ந்து, கதவைத் திறந்து வெளியே சென்றது.

சற்று நேரத்தில் சூட் போட்ட ஆணழக அதிகாரி வந்து "ஸொல்லு... இன்ன வித்திருக்கா? கோல்டா? டிரக்ஸா?" என்று கிரீஸ் அப்பிய இவன் முகத்தை தூரத்தில் நின்று பார்த்தவாறே கேட்டான். அவன் பேசிய தமிழ் புரிய இவனுக்குச் சிறிது நேரம் தேவைப்பட்டது.

இந்தியா போனவுடனே இந்தக் கொட்டை மிஸ்ஸிங் விஷயத்தை முதலில் தன் அப்பாவுக்குத்தான் சொல்லவேண்டு மென்றிருந்தான் மகேசன்.

"போலோ... எங்கே வித்திருக்கே? நீயா கொடுத்த உன்னே ஜைல்க்குப் போட மாட்டோம்... ஸொல்லுடா ஸாலே... அனிமியா கொடுத்து பின்னாடி இருந்து இழுத்துடலாம்."

இதுதான் சிறந்த நேரம் என்று தீர்மானித்து மகேசன் 'ஓ...' என்று அழத் தொடங்கினான். நிலைகுலையாமல் நிற்கும் ஆஃபீஸர் மொபைல் எடுத்த கணம் இவன் அலறிக்கொண்டு ஆஃபீஸர் கால்களைப் பிடித்துக் கதறினான்.

"சார், உண்மையைச் சொல்லிடறேன்... சத்தியமா என்கிட்ட எந்த பிஸ்கெட்டும் கிடையாது... என் கொட்டைகள் காணாமல் போனதை உங்களுக்கு எப்படிச் சொல்றதுன்னு தெரியாம இப்படிச் செஞ்சேன், அவ்வளவுதான்."

அதிகாரி அதிர்ந்து போனான். இப்படிப்பட்ட கடத்தலை அவன் சர்வீஸிலேயே கேள்விப்பட்டதில்லை. சுதாரித்துக்கொண்டு அந்த குண்டு ஸ்கேனர் ஆசாமியை அழைத்தான். அவனும்

அதிர்ந்து போய் மகேசனின் பேன்ட்டைக் கழற்றி குனிந்து பார்த்து ஸ்கேன் செய்து ஒரு கணம் பேச்சுமூச்சில்லாமல் நின்றான்.

"அங்க உக்காரு. டாக்டர் வந்து செக் பண்ணுவாங்க" அந்த அழகான அதிகாரி கம்பீரமாகக் கூறி வெளியேற முயன்றான்.

"டாக்டர் வருவாரா... வரட்டும், அதற்கு முன் உங்க கொட்டைகள் இருக்கா இல்லையான்னு கொஞ்சம் பாருங்க, ஷார்..."

"தேவ்டியா மவனே... யாரப் பாத்து என்ன கேக்கற?" அந்த தடித்த கால்கள் மகேசனை எட்டி உதைத்தன.

பறந்துபோய் சுவரில் இடித்து தொப்பென்று கீழே விழுந்த மகேசன் வலியை விழுங்கிக்கொண்டு அப்படியே மல்லாக்காகப் படுத்து, கால்களை அகட்டி மூச்சை ஒரு முறை உள்ளே இழுத்து "நான் பொய் சொல்லலை சார், இந்த விஷயம் கேள்விப்படுவோர் எல்லோருக்கும் கொட்டைகள் காணாமல் போகும். வேணுமுன்னா பாத்ரூமுக்குப் போய்ப் பாத்துட்டு வாங்க" என்று கூறியவாறு "காசு பணம் துட்டு மணி மணி" என்று சினிமா பாடலைப் பாடிக்கொண்டு சத்தமாகச் சிரித்தான்.

தடித்த ஆசாமி எதையோ உளறிக்கொண்டே மகேசனைக் காலால் எட்டி உதைத்தான். அதிகாரி அந்தப் பக்கம் திரும்பி பெல்ட்டைக் கழற்றி ஜிப்பை கீழே இழுத்தான்.

கண்களை மூடியவாறே மகேசன் அதிகாரி அதிர்வதைக் கற்பித்துக்கொண்டு சத்தமாகச் சிரிக்க முயன்றான். 'இது வரை யார் யார் இப்படி அதிர்ந்துள்ளார்கள்' என யோசிக்கத் தொடங்கினான்.

எனக்கு நடந்தது எல்லோருக்கும் நடந்திருக்குமா? நான் எண்ணியது எனக்கு நிகழ்ந்திருக்கிறது. அவர்களுக்கு? என்னையும் மைக்கேல் அண்ணனையும் சவுதியிலிருந்து துரத்தத் திட்டம் போட்டுக்கொண்டிருந்த அப்துல்லா... பின் அப்துல்லா மூலமாக அந்த மார்த்தாண்ட சங்கரன், அவன் மூலமாகக் கறுப்பு சவுதி, பிறகு அந்த வெளுத்த சவுதி... இது என் வரிசை என்றால் மைக்கேல் அண்ணன் போட்ட வெடிகுண்டு? புரஃபஸர், அவர் மூலமாக யார் யாருக்கு அது தொடர்ந்துகொண்டு போனது என்பது அவருக்குத்தான் தெரியும்...

ஓ! அந்த நாயை நான் விட்டுவிட்டேனே!? அவனைத்தான் முதலில் கோர்த்திருக்கணும். பண்டிகைக் காலங்களில் கலவரங்களை மூட்டும் அவனை... உயிருக்கு உயிராக நேசித்த என் அன்புத் தோழி நசீமாவின் அண்ணனைக் கலவரத்தில் கொன்ற அவனுக்குத்தான் நான் முதலில் அச்செய்தியைச் சொல்லியிருக்க வேண்டும். சித்தப்பா மகனா இருந்தா என்ன... சுத்தப்பா மகனா இருந்தா என்ன? அரசியல் ஆட்களால் அவன் தப்பித்துவிட்டான். சட்டத்தின் பிடியிலிருந்து தப்பிவிட்டாலென்ன? நான் கொடுக்கிறேன் தண்டனை... ங்கோத்தா... இருடா... நா சொல்றதை உன் கூட்டத்துகெல்லாம் சொல்லுவீயில்ல... அப்ப பாருடா விளையாட்டை!

அவன் உதடுகள் மலரத் திணறிக்கொண்டிருந்தது. காதுகளில் தெளிவற்ற சத்தங்கள் கேட்டன. 'அட அரேபி! நான் எங்கே இருக்கிறேன்!' கண்களைத் திறக்க முயற்சித்தான். முடியவில்லை. திணறினான். ஏதோ ஒரு சத்தம் உரக்கக் கேட்டது. யாரோ ஓடி வந்தார்கள். கண்களைத் திறக்கவே முடியவில்லை. நெஞ்சம் உரக்க அடித்துக்கொண்டு மெல்லக் குறைவது காதுக்குக் கேட்டது.

தெரு, ட்ரக்... சவுதி நண்பன் ஸ்ஆத் மிஸ்ஃபர் இரண்டு சக்கரங்களில் மட்டும் கார் ஓட்டிக்கொண்டிருந்தான்... நான் பயந்தவாறே அதை ரசித்துக்கொண்டிருந்தேன்... அப்போது... 'அய்யோ...அம்மா..!"

'என்ன இது?! நெஞ்சத் துடிப்பின் சத்தம் இப்போது என் செவிகளுக்குக் கேட்கவில்லையே. தேகம் குளிர்கிறது... என்ன ஆகிறது எனக்கு... என்ன இது?'

இதயத் துடிப்பு நிற்கிறது... என் மூளைக்கு அது தெரிகிறது.

என்ன இது!? சுவர்கள் தளர்ந்துபோகின்றன... மணற்காற்றால் வானம் நிரம்புகிறது.

'அதோ... மைக்கேல் அண்ணன் என் முன்னால் வருகிறார்... புரஃபசர் பிரதீஸும் இருக்கிறார்... அது அப்பாவா! இன்னொருவர் யாரோ இருக்கிறார்... யாரென்று சரியாகத் தெரியவில்லையே!?

அண்ணன் சொல்லிக்கொண்டிருந்ததைப்போலவே அப்பாவை அழைத்து வந்துவிட்டாரா? உன் அப்பாவுக்குச்

சொல்லிப் புரியவைக்கிறேன் என்பார் அவ்வப்போது... புரியவைத்துவிட்டாரா? காற்றில் என்னோடு மிதந்துகொண்டே அண்ணன் ஏதோ சொல்கிறார்...

அவர் கைகளில் ஒரு கிண்ணம்... அது கண்டிப்பாக ஒட்டகப்பால்தான்... சவுதி ஸ்ஆத் மிஸ்ஃபர் எனக்காகக் கொடுத்து அனுப்பியதாக இருக்கக்கூடும். நூற்றாண்டுகளாய் எங்கள் உயிர் காக்கும் பாலைவன நீரூற்று அது என்பான் அவன் அடிக்கடி. பாலைவனப் பேரரசன்! பதூவீ பேரழகன்! அதைக் குடித்தால் பாலின்ப வெள்ளம் கொட்டும் என்பார், மைக்கேல் அண்ணன்... ஹஹஹ..!'

அதோ... என் இதயம் மீண்டும் துடிக்...

* * *